GÁNH GẠO NUÔI CHỒNG

GÁNH GẠO NUÔI CHỒNG
Bìa: Uyên Nguyên Trần Triết
Dàn trang: Đỗ Huỳnh Đăng Ngọc
Tựa: Hoa Văn
Nhận Định: Du Tử Lê, Trần Hoài Thư
Lời vào tập: Vinh Hồ
Ký hoạ: của Thanh Hồ, Vũ Đức Thanh, Trần Phượng Hoàng
Ảnh: của Phước Lộc
Nhân Ảnh xuất bản 2024
Tác giả giữ bản quyền
ISBN: 979-8-8693-0175-8

VINH HỒ

GÁNH GẠO NUÔI CHỒNG

Thi Tập

Nhân Ảnh xuất bản
2024

Vinh Hồ qua nét vẽ của Hoạ sĩ Thanh Hồ

Vinh Hồ qua nét vẽ của Hoạ sĩ Vũ Đức Thanh

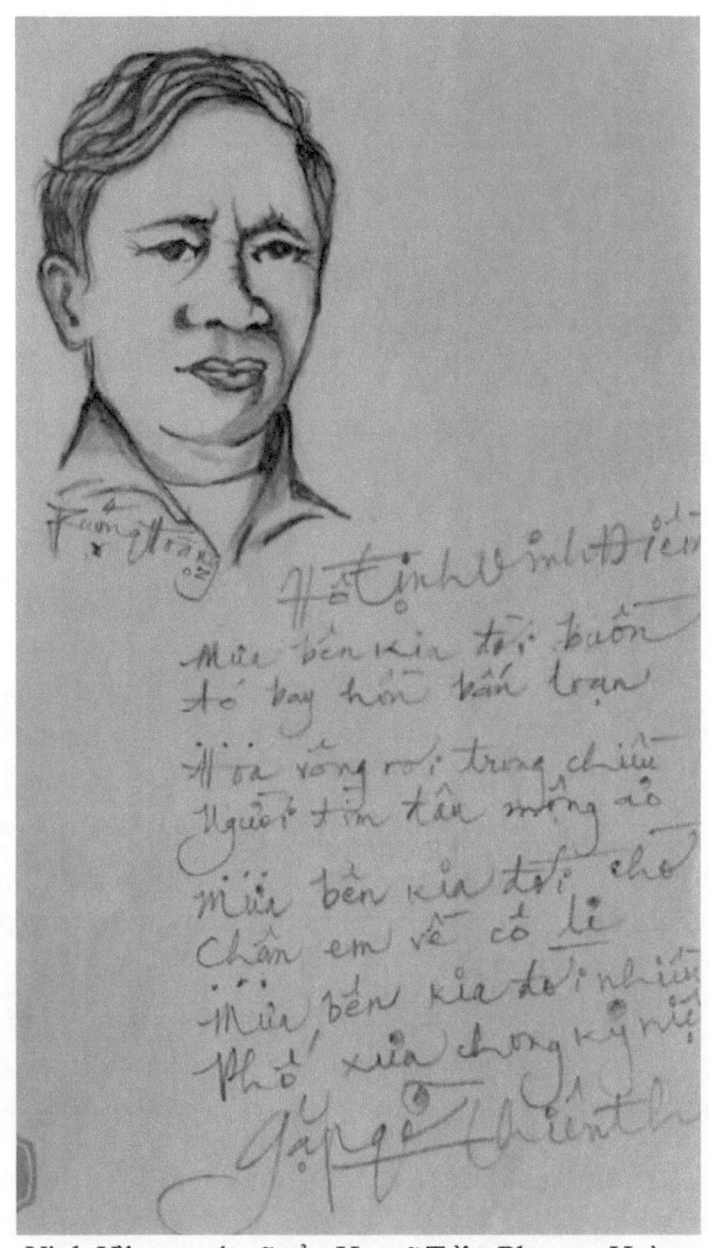

Vinh Hồ qua nét vẽ của Hoạ sĩ Trần Phượng Hoàng

TỰA:
ĐỌC GÁNH GẠO NUÔI CHỒNG CỦA VINH HỒ

Thi sĩ VINH HỒ tên thật Hồ Văn Thinh, sinh tại Khánh Hoà. Anh còn các bút hiệu khác như: Tú Trinh, Hồ Tịnh Vinh Điềm, ST, Sông Dinh. Anh đến với thơ từ trước năm 1975.

Tôi quen biết rất thân tình với Thi sĩ Vinh Hồ từ gần 2 thập niên qua. Thơ anh rất gần gũi với tôi vì chúng tôi đều là những người lính người tù yêu mến văn chương.

Anh xuất thân khoá 8/68 SQTBTĐ, cấp bậc cuối cùng là Trung Úy Đại Đội Trưởng của một đơn vị tác chiến đồn trú tại tỉnh Phước Tuy.

Về sinh hoạt văn học, anh còn là cựu Hội trưởng Hội Văn Nghệ Tự Do tại Florida, cựu Chủ tịch Hội Văn Bút Việt Nam Hải Ngoại/Vùng Đông Nam

Hoa Kỳ tại Orlando, Florida.

"Gánh Gạo Nuôi Chồng" là tập thơ thứ 5 của Vinh Hồ sau tập biên khảo "Quê Hương Ninh Hòa" viết chung với 5 tác giả xuất bản năm 2016.

Thi tập "Gánh Gạo Nuôi Chồng" chủ yếu kể lại cuộc đời của một người tù cải tạo sau 30/4/1975, ca ngợi sự chung thủy của người tình trăm năm của anh.

Các trại tù cải tạo sau 1975, hầu hết đều được thiết lập tại những nơi rừng sâu nước độc dù ở miền Nam hay ngoài đất Bắc. Gia đình muốn đi thăm phải trải qua nhiều đoạn đường khó khăn, băng rừng lội suối mong được gặp người thân. Vì tròn vẹn chữ sắt son giữa dòng đời nghiệt ngã nên người vợ trẻ của nhà thơ đã phải lặn lội đường xa ngàn dặm để thăm chồng.

Vì đâu em lặn lội thân cò
Gánh gạo nuôi chồng vạn khổ lo
Dặm thắm đường xa qua mấy ải?
Sông sâu bến lạ vượt bao đò?
Rừng già ngại sói tru voi rống
Trảng lớn e cò gáy khỉ ho
Son sắt giữa dòng đời nghiệt ngã
Tình ai thêm héo hắt tơ vò?
(Gánh Gạo Nuôi Chồng 2)

Hoặc:

Lặn lội đường xa gánh gạo nuôi chồng
Vượt suối băng sông đến vùng đất lạ
Dòng lệ em trào lăn trên gò má
Nước mắt anh rơi chảy ngược vào lòng
(Lặn Lội Đường Xa)

Nhưng gặp nhau đâu được nhiều giờ thăm, trại tù họ chỉ cho gặp nửa giờ hay một giờ thôi. Vợ chồng gặp nhau chưa nói hết lời lại phải chia tay.

Gánh gạo nuôi chồng tận vùng biên giới
Gặp đức lang quân chưa nói cạn lời
Trại báo hết giờ lòng em tê tái
Tiếng vượn kêu buồn vọng mãi không thôi

Con đường em về như thể dài ra
Nhìn dáng em gầy mắt anh lệ nhoà
Ngọn núi thiên vân thương người vợ trẻ
Soi bước chân nàng trên quãng đường xa
(Lặn Lội Đường Xa)

Dù biết rằng những người tù cải tạo đều không có án tù nhất định, không biết ngày ra khỏi nhà tù về với gia đình. Nhưng người vợ hiền vẫn tin tưởng sau cơn mưa trời lại sáng, gia đình sẽ được đoàn tụ sau những tháng năm lao khổ trong các trại cải tạo.

> *Em nguyện giữ lòng thủy chung son sắt*
> *Mong chàng nơi ấy khoẻ mạnh bình an*
> *Rằng sau đêm dài mặt trời sẽ mọc*
> *Tình ta sẽ nối lại chữ đá vàng*
> *(Trên Lộ Trình Dài)*

Nhà thơ Vinh Hồ lúc đi tù mới 27 tuổi, anh còn quá trẻ. Người vợ trẻ, cô giáo Đoàn Thủy Tiên, 25 tuổi, gánh gạo nuôi chồng qua bao năm tháng, từ trại tù này đến trại tù khác. Cô đã thể hiện được tấm lòng chung thủy của người phụ nữ Việt Nam biết sống theo truyền thống của Ông Cha truyền lại. Sự thủy chung của cô đã chứng minh bằng cuộc sống rất hạnh phúc hiện nay của gia đình tác giả tại Florida. Đáng mến phục.

Trong tập thơ tù này, ngoài những bài thơ Gánh Gạo Nuôi Chồng mà tôi quý mến, tôi còn nhiều cảm xúc với bài "Lời Thầm Cầu Trong Trại". Bài thơ nói lên tình thương yêu, cầu mong người bạn tù, Ông Đạo Khiết của anh trốn thoát khỏi nhà tù lớn VN.

> *Từ ngày ông trốn trại*
> *về nương náu Sài Gòn*
> *Sài Gòn giờ nước mắt*
> *Sài Gòn giờ bóng ma*
> *trong ngục tù bao la*

*Ông đem nắm xương tàn
đổi hai chữ Tự Do
nhưng đời còn bể khổ
ra khỏi nhà tù nhỏ
là vào nhà tù to*

*Những đêm dài thao thức
lòng chất đầy u uất
đốt nghìn ngọn ưu phiền
thầm cầu ông sáng suốt
sớm tìm đường vượt biên*
(Lời Thầm Cầu Trong Trại)

Qua thi tập "Gánh Gạo Nuôi Chồng" của Thi sĩ VINH HỒ, tôi rất quý mến những dòng thơ trung thực, trong sáng, nhân bản của anh. Tôi rất đồng cảm với anh vì:

-Chúng tôi đều là những người lính VNCH thất trận bị đi tù cải tạo.

-Chúng tôi đều là những người đã chịu đựng những khổ đau trong các trại tù cs, mà, chúng tôi đã từng ở đó, dù bị tù tại miền Nam hay tù tại miền Bắc.

-Chúng tôi đều là những người yêu thích văn chương, làm thơ, viết văn.

"Gánh Gạo Nuôi Chồng" là tập thơ ghi lại cuộc

đời tù đày của anh, đặc biệt ca ngợi tấm lòng hiếm quý của người vợ trẻ đi thăm và nuôi chồng trong nhiều năm tù, từ trại này đến trại khác.

Đọc thơ tù của anh Vinh Hồ, khiến tôi nhớ lại hình ảnh của những bạn tù cải tạo của tôi, trong đó, có bóng dáng của mình, qua những trại tù tại miền Bắc và miền Nam sau tháng Tư Đen năm 1975.

HOA VĂN

Richmond, Virginia, ngày 03/01/2024

———

Vinh Hồ xin đa tạ về bài nhận định đầy tình cảm tốt đẹp của Thi sĩ Hoa Văn, một nhà thơ nổi tiếng trong và ngoài nước, đã xuất bản 20 thi tập, có tên trong nhiều bộ sách phê bình văn học VN. (-Vinh Hồ, Orlando, Feb, 10, 2024)

TRÍCH BÀI NHẬN ĐỊNH:
Du Tử Lê Đi Tìm
Chỉ Dấu Chân Dung Thơ Vinh Hồ

(Của cố văn thi sĩ Du Tử Lê)

Vinh Hồ là bút hiệu của Hồ Văn Thinh, một cựu tù nhân chính trị, từng viết văn, làm thơ từ quê nhà, những năm giữa thập niên 60.

Ở điểm khởi hành cách đây trên hai mươi năm, tôi rất ngạc nhiên khi thấy đa số thơ của Hồ, lại là thơ Đường luật. Dù cho Vinh Hồ dùng chiếc bình cổ, để chứa đựng những lượng rượu mới. Sự mới mẻ thấy rõ, từ cách dùng chữ, cho tới hình ảnh (và,) suy tưởng.

Thí dụ:

Bụng mang, gồng gánh dòng di tản
Trẻ dại, đành cam phận nhọc nhằn.
(Ba mươi năm cuộc chiến)

Hoặc:

Hỏi bao ngôi mộ không người nhận
Và những thương binh chẳng kẻ thăm?
(Ba mươi năm cuộc chiến)

Hoặc nữa:

Khuya lắm, cũng không biết mấy giờ?
Sạp tre, chòi ra, ngọc lu lơ
Một người chẳng ngủ hay tằng hắng...
(Đêm rừng)

Tôi rất thích chữ (và, hình ảnh) do hai chữ "lu lơ" gợi lên, đem lại.

Đó là những chữ nghĩa, những hình ảnh khá xa lạ, nếu không muốn nói có phần "dị ứng" với khí hậu, đất đai Đường Thi.

Nhưng tôi vẫn không thể tự lý giải hiện tượng nghịch đảo này. Nếu Vinh Hồ không tâm sự: Thói quen làm thơ Đường luật, họ Hồ có từ những năm, tháng tù đày. Những năm tháng bị dẫn, lùa từ trại tù này, tới trại tù khác. Kẻ thua trận, người cựu sĩ quan trẻ tuổi của QLVNCH cũ, đã quyết định chọn thể thơ Đường luật cho mình, như chọn nẻo sống, còn. Vì, Đường luật chỉ có 8 câu. Vì, Đường luật là, biền ngẫu, là đối xứng. Nên, dễ nhớ!

Đứa con của Khánh Hoà, người cựu tù nhân chính trị, lớn lên từ nắng gió Ninh Hoà, kể:

"Chính thơ Đường luật đã là những dưỡng chất tinh thần, nuôi Vinh Hồ, những ngày lao lý, khổ ải..."

Nhưng khi bước qua thơ mới, Hồ lại cho thấy

một Vinh Hồ khác. Một bản ngã khác. Khả năng phân thân hay, bản ngã thi ca thứ hai kia, ở vinh Hồ cũng triệt để kiếm tìm nhịp đi, cũng mạnh mẽ thả rơi tâm, thân vào những khoảng sâu thăm dò âm hưởng, chênh vênh; bất trắc, thử nghiệm...

Thí dụ:

Một ngày chậm chạp trôi qua
Như tiếng thở dài của thời gian vĩnh cửu
Ngày lãnh đạm / vô tình / vô tâm
Nhưng rất thật
(Một ngày trong Trại GK3)

Hoặc:

Hãy nghe anh hát
Lời ru nước mắt
Thôi một lần!
(Khi ta phải chia ly)

Hoặc nữa:

Khi tôi sinh ra
Không có ngôi sao nào xuất hiện
Bầu trời tối đen, màn đêm thắt nghẹn
Trên chõng tre già
Không bà mụ cắt nhau

Cha tôi đã bị bắt dẫn đi rồi
Còn trơ trọi đôi trâu cày ngơ ngác.
(Tuổi thơ tôi chẳng có mùa xuân)

Theo tôi, những chân thật tới não lòng, thể hiện qua những hình ảnh tương phản, sắc lẻm, cũng tới buốt, nhức xương, gân... là những chỉ dấu làm thành thẻ nhận dạng chân dung thơ Vinh Hồ.

Vẫn Theo tôi, ngoài những chỉ dấu đó, nếu bạn đọc bắt gặp trong thơ Hồ những cái rất mới, chân chất, hiền lành nằm bên những cái rất mộc mạc, rất đơn sơ; thì đó cũng là những nét đặc thù của tấm thẻ nhận dạng chân dung thơ Vinh Hồ vậy.

Thành tựu đầu tiên của một tiếng thơ, tôi vẫn nghĩ, không ở nơi tiếng thơ ấy tối tăm cao siêu, hay vĩ đại triết lý; (mà,) đòi hỏi thứ nhất, cho chính nó, phải là một thẻ nhận dạng; một I.D., để y không thể là kẻ khác; trước khi y cùng kẻ đồng hành, đặt chân lên chuyến tàu đi tới xa, thẳm...

Và, đáng nói biết bao, Vinh Hồ đã có được cho mình, tấm thẻ nhận dạng đó.

DU TỬ LÊ
(California, Jan. 1999)

-Nguồn: trích TỰA, thi tập "Thơ Vinh Hồ" trang 11-13) do Hội Văn Học Nghệ Thuật Việt Mỹ - Florida, xuất bản tại Hoa Kỳ, 1999.

TRÍCH BÀI NHẬN ĐỊNH:
Đọc "Thơ Vinh Hồ"

(Của văn thi sĩ Trần Hoài Thư)

Tập thơ gồm hai phần. Phần một gồm những bài thơ Đường luật mà tác giả gọi là Đường luật Vinh Hồ. Phần hai gồm những bài thơ mà theo anh, là những bài thơ mới.

Dù Đường luật hay thơ mới, vẫn là những trăn trở, những đau thương, cay đắng, si dại cùng với nỗi đôn hậu rất thật thà của từng trang lòng của anh. Làm sao không si dại khi tình yêu như thế này:

Tim anh, tim anh ngục tù

Yêu em, yêu em đến mù lòa thôi

Ôi! Yêu chi cho xa người

Yêu chi cho tan hoang đời chung thân?

(Ngày còn hoá tượng)

Tình yêu là một điệp khúc bất tử. Hạnh phúc thay cho những người được yêu nhau và được gần nhau. Nhưng chắc chắn nỗi hạnh phúc này sẽ không bao giờ quên được, vô lượng lắm, yêu dấu lắm, khi em đến thăm một chiều cuối năm, em ở trong rừng, và anh trốn trại tù, vào rừng:

Em đến thăm một chiều cuối năm
Nằm bên người tù trong đêm lặng lẽ
Nghìn nỗi nhớ thương mắt em nhòa lệ.
...
Xin cho ta ghép kín đôi tim
Xin cho ta đốt cháy môi hôn
Để lòng em vơi đi niềm khổ lụy
Và hồn ta được khóc giữa ăn năn.

(*Em đến thăm một chiều mong manh*)

Chỉ xin trích những câu như trên để càng hiểu về cái tài hoa của Vinh Hồ. Anh sinh năm 1948. Anh vào quân đội năm 20 tuổi. Anh thuộc thế hệ chiến tranh như chúng tôi. Nhưng anh khác với hầu hết nhà thơ thuộc thế hệ, khi anh làm rất nhiều bài thơ Đường, một loại thơ mà chúng tôi chẳng mấy thích thú gì, bởi những vần luật quá khe khắt, trong khi cuộc sống của chúng ta bị hụt hẫng, cuống cuồng, hối hả, trong khi những bài thơ của chúng tôi là những trang chúc thư. Cái tài hoa kia càng bội phần khi anh thổi vào loại thơ này một bầu khí hậu mới, xanh mát hơn, sáng tạo hơn và đầy thi tính hơn. Chẳng hạn câu thứ hai của đoạn thơ sau:

Qua bến Cây Sung tắt nắng rồi
Mặt trời thổ huyết chết trên đồi.
Đường rừng sụp sữ trăng non đợi

Bóng núi nặng nề sương muối rơi.

(Qua bến Cây Sung)

Nhưng, có lẽ những bài thơ dài và tự do, viết về những năm tháng tù tội của anh, là những bài thơ xúc động nhất. Tôi muốn nói đến những bài thơ của một ông đạo:

Một rẫy mì lúa mọc giữa khu rừng hoang dã
Mai đây mùa đông rét mướt sẽ tới
Lũ thú rừng sẽ có cái đỡ lòng
Con chim bay ngang ngửng cánh nhìn xuống
Người tù chống cuốc trông lên
Suy nghĩ, cười
Nụ cười khô khốc.
(Một ngày trong trại GK3)

hay:

Chiều nay người tù vác bó lồ ô
Như thường ngày ghé qua cây đại tuế
Cây đứng thẳng ném tàng xanh vào mây trời
Và thả hạt trần bay khắp núi non.
(Bên cầu Đắk Lung)

Trên số Văn Học tháng 7, 1999, qua bài Về Chuyện Mới... Cũ, tác giả Nhược Trần nhận định rằng: "bằng mọi cách, mỗi người Việt chúng ta, tự mình, phải khắc phục và triệt để giải thoát văn học nghệ thuật ra khỏi nỗi ám ảnh khốc liệt của con ma chính trị và quá khứ". Không biết người viết có bao giờ sống trong bóng đêm như thế này không:

Chiều nay người tù về trại

Bóng đêm leo qua cửa sổ

Bóng đêm dày đặc trong phòng

Tù nhân san sát tù nhân

Ba gang tay chiều rộng

Lồ ô, nứa cây rừng

-Bây giờ là bao giờ?

Có tiếng tắc kè kêu lên từng tiếng một

Có tiếng kéo cơ bẩm khô giòn

Có tiếng hỏi ai cụt ngủn rơi vào đêm đen.

-Bây giờ là bao giờ?

Không ai trả lời

Không ai hút thuốc

Không ai xin lửa

Không ai trở mình

Không ai thở

Tất cả đã chết hết rồi chăng?

(Bên cầu Đắk Lung)

Và đây là câu trả lời:

Ông Đạo Khiết
Thời gian trôi qua lâu rồi
Thế giới đổi thay
Vạn vật đổi thay
Chỉ có chiếc cầu còn đứng bên dòng đời
Đó là hồn tôi, tim tôi, trí óc tôi
Đã từng bị đánh đấm, tra tấn, hạch hỏi
Bầm giập, mưng mủ, lở lói
Suốt mười tám năm trời
Vết thương vẫn còn tấy đỏ hằn sâu
Hễ có dịp là nhỏ máu rên rỉ
Đau nhức, quằn quại
Nỗi buồn còn nguyên vẹn như xưa
Nơi những gì đã hiện hữu, trần truồng
Phi lý và ghê tởm
Có ông, có tôi, có bạn bè già trẻ lớn bé
Trong cả hai tầng địa ngục
...
Ngoài hai tầng địa ngục thênh thang kia
Còn có những tầng nào?
Còn có những tầng nào?
Mà tôi chưa hề biết.
(Ông đạo Khiết)

Khi đọc xong bài thơ này, tôi rưng rưng. Nửa đêm tôi gọi anh. Tôi phải cám ơn anh vì anh đã trả lời thay dùm tôi.

TRẦN HOÀI THƯ

-(Trích http://saigonline.com/tht/vinhho1.htm ngày 30/7/1999)

LỜI VÀO TẬP

Thơ là tâm hồn, là cảm xúc, là nghệ thuật của ngôn ngữ. Theo một nhà văn Pháp *"Thơ làm cho người ta hiểu được bộ mặt chân thật của cuộc đời."* (-A. Maurois). Suốt 44 năm qua, tôi mơ ước được nói lên "bộ mặt chân thật của cuộc đời" qua các "Trại Cải Tạo" mà nhà văn Nga A. Solzhenitsyn gọi là "The First Circle". Tôi là lính tác chiến thất trận bị 1 đơn vị chính quy Miền Bắc bắt làm tù binh, trải qua 5 "trại cải tạo" giam cầm không xét xử.

"Gánh Gạo Nuôi Chồng" gồm 105 bài thơ tù (trong đó có 16 bài được viết trong tù), ngoài ra có 16 bài thơ nói về "Những ngày tháng đau thương" của đất nước, có 40 bài thơ nói về "Chuyện tình thời chiến chinh dâu bể" của Vinh Hồ. Các thể thơ được sử dụng: Đường luật, lục bát, 5 chữ, 6 chữ, 7 chữ, 8 chữ, thơ tự do, thơ văn xuôi. Có 19 bài thơ tù được trích đăng lại từ 2 tập thơ cũ của Vinh Hồ xuất bản năm 1999 và 2005. Toàn thi tập có 165 bài thơ: gồm 84 bài thơ Đường luật + 81 bài Thơ mới, trong đó có 4 bài thơ của người vợ tù, cô Đoàn Thuý Tiên. Ở đầu sách, tôi xin phép trích đăng 1 bài nhận định mới của Thi sĩ Hoa Văn và 2 bài nhận định cũ của cố văn thi sĩ Du Tử Lê và văn thi sĩ Trần Hoài Thư.

Nội dung chính của "Gánh Gạo Nuôi Chồng" là Thơ Tù, nói lên những nỗi thống khổ của người tù. Và qua đó, muốn thay lời cảm ơn gởi đến Người Vợ Tù cực khổ suốt bao năm dài lặn lội *"Gánh gạo nuôi chồng nơi núi thẳm"*.

Tôi hân hạnh kính giới thiệu đến quý tao nhân và độc giả đứa con tinh thần tù đày và thật diễm phúc nếu được quý vị đón nhận, thương mến, chia sẻ.

Chân thành cảm ơn toàn thể quý vị, và xin đa tạ Nhà xuất bản Nhân Ảnh đã giúp đỡ hình thành tập thơ này.

Trân trọng,

VINH HỒ
Orlando, ngày 5/3/2024

I. GÁNH GẠO NUÔI CHỒNG

- Có 31 bài thơ (Đường luật: 12 + Thơ mới: 19)

THƯƠNG VỢ

Quanh năm buôn bán ở mom sông
Nuôi đủ năm con với một chồng.
Lặn lội thân cò khi quãng vắng
Eo sèo mặt nước buổi đò đông.
Một duyên, hai nợ, âu đành phận
Năm nắng, mười mưa, dám quản công.
Cha mẹ thói đời ăn ở bạc
Có chồng hờ hững cũng như không!

Thi sĩ Trần Tế Xương

THƯƠNG VỢ

(Kính hoạ vận thơ thi sĩ Trần Tế Xương)

Dịu dàng xinh đẹp tựa dòng sông
Chung thuỷ một lòng yêu quý chồng
Thời chiến hai phương sầu tháng hạ
Hoà bình một bóng lạnh đêm đông
Bọt bèo trần thế không than phận
Dâu bể cuộc đời chẳng tiếc công
Gánh gạo nuôi chồng nơi núi thẳm
Vầng trăng vằng vặc sáng hư không

Nov, 10, 2023

GÁNH GẠO NUÔI CHỒNG 1

Thời bể dâu sầu não
Thăm chồng ở chốn nao?
Vượt phong ba bão táp
Qua vũng bãi truông hào
Vượt luỹ xưa đồn cũ
Qua xương trắng máu đào
Đường xa xôi vẫn bước
Chiều xuống thú tru gào

Nov, 11, 2023

GÁNH GẠO NUÔI CHỒNG 2

Thăm chồng biên giới xa
Qua suối sâu rừng già
Bà Rá mây giăng mắc
Bù Gia khói tím pha (*)
Địa đeo sởn tóc gáy
Vắt bám nổi da gà
Nắng ngã sầu cô quạnh
Mình em sương muối sa

Nov, 12, 2023

(*) *Bù Gia: tức Bù Gia Phúc và Bù Gia Mập ở Phước Long.*

Gánh Gạo Nuôi Chồng 3

Gánh gạo nuôi chồng hun hút xa
Qua đèo cao núi thẳm rừng già
Đường lên Suối Máu mây bồ hóng
Ngõ đến Cà Tum khói lợp nhà
Dưới ngọn Bà Đen sầu Trảng Lớn
Trên bờ Sông Bé khóc Bù Gia
Núi Bà Rá nỗi niềm chưa tỏ
Sói đã tru dài trước nắng tà

Nov, 14, 2023

Gánh Gạo Nuôi Chồng 4

Gánh gạo nuôi chồng xa tít xa
Tiếng còi tàu hụ rời sân ga
Đêm nơi phố thị đèn mờ tỏ
Ngày tại sơn lâm nắng chói loà
Vượn hú chim kêu buồn đứt ruột
Cọp gầm voi rống nổi da gà
Mây bay lớp lớp sầu quan tái
Chiều xuống mình em với nắng tà

Nov, 15, 2023

Gánh Gạo Nuôi Chồng 5

Thay xe đổi chuyến bao lần rồi?
Gánh gạo nuôi chồng tận cuối trời
Đường đến trại tù xa diệu vợi
Lối lên biên giới lạnh mù khơi
Sói tru cú rúc buồn se sắt
Rắn quấn trăn bò sởn cả người
Bấc thổi phùn bay đời thống khổ
Mình em giữa núi rừng chơi vơi

Nov, 16, 2023

Gánh Gạo Nuôi Chồng 6

Tết nào em đến GK3? (*)
Xuân Lộc hoang tàn chinh chiến qua
Nọ xác xe tăng nằm cuối phố
Kia cây cầu gãy buồn sân ga
Tìm đường đến trại bao công khổ
Gánh gạo nuôi chồng vạn dặm xa
Trại chẳng cho thăm buồn đứt ruột
Quay về mà mắt lệ chan hoà

Ngày 12/2/2019

(*) *Trại tù GK3 ở Xuân Lộc.*

Gánh Gạo Nuôi Chồng 7

Xuân về trong trại tù bao la
Gió núi mưa rừng lạnh cắt da
Trên vọng gác đằng đằng sát khí
Ngoài hành lang lạnh lạnh tha ma
Giao thừa ai bỏ đời sầu thảm?
Mùng một ai lên cơn sốt la?
Ngoài cổng vợ thăm chồng, đứng khóc
Bức tường rêu nhạt gió mưa nhòa

14/2/2019

GÁNH GẠO NUÔI CHỒNG 8

Ai hay Tết gió lạnh mưa nguồn?
Ai oán hàng hàng trại lá buông?
Ai khóc ai than con bị hiếp?
Ai van ai vỉ vợ không còn?
Ai xiềng xích giữa nơi tăm tối?
Ai trối trăn đôi mắt đượm buồn?
Ai đến thăm chồng không được gặp?
Ai đưa tay với bắt chuồn chuồn?

20/1/2019

GÁNH GẠO NUÔI CHỒNG 9

Cảnh Tết nào xa xót đoạn trường?
Mùa Xuân nào héo hắt thê lương?
Thằng đau bò lết qua khe nước
Đứa mạnh buông xuôi ở giữa đường
Đứa sống không chôn nổi đứa chết
Thằng đi chẳng có một cây hương
Tìm chồng vạn dặm sầu tơ liễu
Trại chẳng cho thăm giọt lệ vương

21/1/2019

Gánh Gạo Nuôi Chồng 10

Tết tù ai héo hắt thê lương?
Mưa gió ai sùi sụt đoạn trường?
Giờ dậu ai tìm phương vượt thoát?
Giao thừa ai bỏ cuộc sầu thương?
Cây nêu ai bảo lời Yên Đổ?
Thịt mỡ ai rằng thơ Tú Xương?
Mùng một ai thăm chồng mếu máo?
Trại tù vẫn kín cổng cao tường

22/1/2019

Gánh Gạo Nuôi Chồng 11

Vì đâu em lặn lội thân cò?
Gánh gạo nuôi chồng vạn khổ lo
Dặm thẳm đường xa qua mấy ải?
Sông sâu bến lạ vượt bao đò?
Rừng già ngại sói tru voi rống
Tráng lớn e cò gáy khỉ ho
Son sắt giữa dòng đời nghiệt ngã
Tình ai thêm héo hắt tơ vò?

16/2/2019

Em Đã Đi Tìm

Sau ngày tị nạn tại Chu Hải
Em về Đất Đỏ ngọn đèn chong
Một mình đối bóng lòng tê tái
Tàn cuộc chiến chinh vợ lạc chồng

Chồng em bị bắt tại Kim Hải
Đưa đi "cải tạo" ở nơi mô?
Sống chết vẫn biệt vô âm tín
Vò võ đêm trường suối lệ khô

Em đã đi tìm ở nơi nào?
Tìm chồng qua mấy nẻo gian lao
Vất vả qua bao mùa mưa nắng
Biển dâu đầy sóng gió ba đào

Em đã đi tìm qua mấy núi?
Tìm chồng đâu phải đi tìm chim?
Em đã đi tìm qua mấy suối?
Suối sông mây núi vẫn im lìm!

Oct. 10, 2023

Vạn Dặm Tìm Chồng

Đường xa vạn dặm tìm chồng
Chim bay biển Bắc, biển Đông em tìm (*)
Hỏi mây hỏi gió còn trôi nổi
Hỏi nước hỏi non nặng nỗi niềm

Tìm anh sau cuộc chiến thương đau
Qua căn cứ cũ lòng héo sầu
Qua Trảng Lớn, Cà Tum, Suối Máu
Qua Long Giao, Phú Lợi dãi dầu

Tìm anh vẫn biệt tích biệt tăm
Qua Tống Lê Chân, Thành Ông Năm
Qua Sông Mao, Hàm Tân, Xuyên Mộc
Qua Bù Gia Phúc cọp beo gầm

Giữa cuộc đời ba chìm bảy nổi
Biển xanh đã biến thành ruộng dâu
Quay về Đất Đỏ em cô lẻ
Trời như sụp đổ đêm giăng sầu

                                    16/11/2023

(*) *Mượn ý câu ca dao:*

"Chim bay biển Bắc, anh tìm biển Nam"

-Những chữ viết hoa (trừ chữ Đất Đỏ) là tên những trại "cải tạo".

Chiều 30 Tết Tại GK3

Gánh gạo nuôi chồng ở nơi đâu?
Qua đèo cao núi thẳm rừng sâu
Qua dòng suối máu thành phố chết
Qua nghĩa trang lạnh lẽo u sầu

Gánh gạo nuôi chồng ở chốn nào?
Qua chiến trường xưa gió lao xao
Qua màu áo trận nằm rơi rớt
Qua căn cứ cũ lòng nghẹn ngào

Gánh gạo nuôi chồng trên phố xa
Tìm được trại tù GK3
Lòng mừng khấp khởi nhưng hụt hẫng
Trại chẳng cho thăm lệ nhạt nhòa

Chiều 30 Tết lá bàng rơi…
Tường gai lớp lớp đứng than ôi!
Cái Tết đầu tiên thời dâu bể
Niềm đau thương chẳng thể nào vơi

Oct. 10, 2023

Em Đến Trại Long Giao

Gánh gạo nuôi chồng ở chốn nào?
Ngày kia em đến trại Long Giao
Đất đỏ Bazan càng áo não
Hai chữ Blackhorse thêm nghẹn ngào! (*)

Căn cứ cũ nay thành trại tù
Hàng hàng doanh trại buồn thiên thu
Lớp lớp tù nhân sầu mấy ngã?
Đang chờ trên những nẻo sa mù

Chiều xuống mình em với nỗi đau
Trại chẳng cho thăm nắng ngả màu
Em về Long Đất trăng hòn tủi
Tàn chiến chinh còn mãi xa nhau

Oct. 16, 2023

(*) *Blackhorse: căn cứ Trung đoàn 11 Thiết giáp Mỹ tại Long Khánh, sau giao cho SĐ 18 BB, sau 1975 là "Trại cải tạo Long Giao".*

Tìm Chồng
Tận Núi Rừng Biên Giới

Tìm chồng tận núi rừng biên giới
Bên dòng sông Đá, cầu Đắk Lung
Núi Bà Rá long lanh đáy nước
Dòng thác Mơ mây khói chập chùng

Tìm được trại tù Bù Gia Phúc
Lồ ô giang nứa phủ mịt mùng
Tù nhân đói khát đi không vững
Tiếng sói tru dài giữa mông lung

Nhưng trại tù vẫn chưa cho thăm
Em về Đất Đỏ lệ khôn cầm
Chiều chiều dõi mắt về phương ấy
Mặt trời xuống núi buồn xa xăm

Ngày 17/2/2024

NGƯỜI VỢ TÙ CHUNG THUỶ

Tù đày chẳng biết ngày nào ra?
Em vẫn kiên tâm vượt phong ba
Vẫn giữ một tình yêu chung thuỷ
Tìm chồng khắp núi non giang hà

Cải tạo chẳng biết ngày nào về?
Em vẫn trì chí giữ lời thề
Cứng cỏi không thay lòng đổi dạ
Đá vàng quyết giữ nghĩa phu thê

Đày ải tận rừng thiêng nước độc?
Em vẫn âm thầm đi thăm nuôi
Lặn lội đường xa không quản ngại
Bao năm dài tất tả ngược xuôi

Ngày 19/2/2024

VÌ YÊU NGƯỜI TÙ

Vì yêu người tù đời em khổ
Tuổi xuân em vất vả long đong
Một mình một bóng trăng mờ tỏ
Bao năm dài gánh gạo nuôi chồng

Vì yêu người tù đời em khổ
Qua sông sâu gió lạnh mưa hàn
Qua rừng già hổ gầm beo rống
Em vẫn đi bất kể nguy nan

Vì yêu người tù đời em khổ
Trăm ngàn lận đận, vạn lao đao
Em vẫn chấp nhận không lùi bước
Luôn nuôi hy vọng một ngày nào?

Ngày 21/2/2024

LẶN LỘI ĐƯỜNG XA

Lặn lội đường xa gánh gạo nuôi chồng
Thống nhất hòa bình vẫn còn long đong
Em vào Sài Gòn em lên Phú Giáo
Đồng Xoài, Bù Nho, Phước Bình, Phước Long

Kia núi Bà Rá, nọ cầu Đắk Lung
Đây Bù Gia Phúc lồ ô mịt mùng
Con đường đất đỏ dẫn em vào trại
Nằm giữa rừng già tre nứa chập chùng

Lặn lội đường xa gánh gạo nuôi chồng
Vượt suối băng sông đến vùng đất lạ
Dòng lệ em trào lăn trên gò má
Nước mắt anh rơi chảy ngược vào lòng

Gánh gạo nuôi chồng tận vùng biên giới
Gặp đức lang quân chưa nói cạn lời
Trại báo hết giờ lòng em tê tái
Tiếng vượn kêu buồn vọng mãi không thôi…

Con đường em về như thể dài ra
Nhìn dáng em gầy mắt anh lệ nhoà
Ngọn núi thiên vân thương người vợ trẻ
Soi bước chân nàng trên quãng đường xa

Oct. 11, 2023

Trên Lộ Trình Dài

Trên lộ trình dài gánh gạo nuôi chồng
Xe lửa chở em qua núi qua sông
Xích lô đưa em xếp hàng mua vé
Xe đò chở em qua tràng qua đồng

Xe thồ giúp em qua rẫy qua bưng
Muôn dặm đường xa vạn nỗi lao lung
Khổ nhọc bao nhiêu em cũng chịu được
Miễn cho em vượt sóng gió bão bùng

Em nguyện giữ lòng thuỷ chung son sắt
Mong chàng nơi ấy khoẻ mạnh bình an
Rằng sau đêm dài mặt trời sẽ mọc
Tình ta sẽ nối lại chữ đá vàng

Oct. 12, 2023

Bao Giờ Hết Long Đong?

Đường xa qua suối qua sông
Mình em đối diện bão giông
Thân gầy vững tâm lặn lội
Bao năm gánh gạo nuôi chồng?

Phương mô đèo heo hút gió?
Xứ ni mông quạnh đồng không (*)
Tứ bề dầu sôi lửa bỏng
Em thề quyết chẳng thay lòng

Mình em bao mùa lá đổ
Nắng mưa nào nhạt má hồng
Dặm trường mịt mờ bụi đỏ
Bao giờ hết nỗi long đong?

Oct. 14, 2023

(*) đèo heo hút gió, đồng không mông quạnh, dầu sôi lửa bỏng: thành ngữ

Hết Giờ Thăm Nuôi

Chỉ có buồn nôn và đắng cay
Mới vừa gặp mặt đã chia tay
Trại tù nằm giữa rừng hoang dã
Vượn hú chim kêu suốt cả ngày

Tre nứa lồ ô phủ kín đồi
Giờ thăm nuôi hết em về thôi
Lối lên biên giới mờ sương khói
Nẻo xuống Đắk Lung vắng bóng người

Em về trên những quãng đường xa
Để lại biên cương lệ nhạt nhòa
Nước độc rừng sâu sầu kiếp kiếp
Bao mùa thinh lặng bóng tù qua

Oct. 18, 2023

VƯỢT GIAN NAN SINH TỬ ĐẾN VỚI NHAU

Xe lửa, xe đò, xe thồ, xe đẩy
Lặn lội thăm chồng trên quãng đường xa
Vượt suối băng sông đến tận rừng già
Nhưng chỉ gặp chồng có nửa tiếng

Chạng vạng tối đến nhà thăm nuôi
Đột kích đưa vợ vào trại
Đôi uyên ương chưa nói lời ân ái
Thì ăng ten đã báo cán bộ rồi

Rọi đèn Pin bắt tại giường ngủ
Lạnh lùng nhốt vợ vào nhà kho
Giận dữ giam chồng dưới đáy giếng
Bù Gia Phúc đêm buồn co ro

Loan phượng đã coi thường hiểm nguy
Tàng hình qua mặt người lính gác
Tự muôn đời cất cao tiếng hát
Vượt gian nan sinh tử đến với nhau

15/11/2023

Ở Tù Ngay Trong Tù

Giữa núi rừng thâm u
Tết về ngập sương mù
Em theo chồng vào trại
Ở tù ngay trong tù

Em bị nhốt nhà kho
Bên hoa chò nâu-tím
Cánh cửa đóng im ỉm
Suốt đêm dài khỉ ho

Nghe chuột rúc dán bò
Ngủ chung cùng mối mọt
Lòng em như tơ vò
Đã buồn, thêm âu lo

Tù nhân phạm kỷ luật
Quản giáo ghi hồ sơ
Bóng đêm đè chồng chất
Ngày về biết bao giờ?

11/11/2023

Khách Sạn Ngàn Sao

Đường xa hun hút vượt suối băng sông
Lên tận rừng già biên giới Phước Long
Nhưng chỉ gặp chồng có ba mươi phút
Em quay về mà nước mắt lưng tròng

Anh làm cho em một "ngôi biệt điện"
"Khách sạn ngàn sao" nằm giữa rừng xanh
Mây khói lững lờ mênh mông bát ngát
Muôn vạn lồ ô che kín chung quanh

Tình nghĩa phu thê dạt dào lai láng
Xa cách từ ngày dâu bể ba đào
Nay giữa rừng già vợ chồng sum họp
Nghe em tê tỉ mà lệ tuôn trào

15/12/2023

Biệt Điện Trong Rừng

Ta dựng túp lều tình chứa chan
"Biệt điện" trong rừng xanh bạt ngàn
Là địa đàng trần gian diễm ảo
Lồ ô lớp lớp, mây hàng hàng

Mỗi lần thăm nuôi nàng ở đây
Có mùng màn chiếu gối đủ đầy
Có ta gánh nước cho nàng tắm
Có rượu giao bôi tình nồng say

Có những đêm trăng rừng cổ tích
Mày ngài mắt phượng tóc buông dài
Thân hình ngà ngọc thêm huyền hoặc
Ngọn lịm bờ môi tình liêu trai

Có những đêm mưa rừng lãng mạn
Tan chảy trong nhau tình đắm say
Nàng nồng nhiệt như tuổi mười bảy
Ta điên cuồng trời đất lăn quay

Ngày tháng bên nhau rồi cũng qua
Kỷ niệm ngọt bùi rồi cũng xa
Xe bít bùng chở tù chuyển trại
Giã từ vùng biên giới Bù Gia (*)

Giã từ "biệt điện" rừng lồ lô
Địa đàng có thật tưởng nằm mơ
Đã trở thành câu chuyện cổ tích
Bên dòng Sông Bé đẹp vô bờ

14/11/2023

(*) *Tức Bù Gia Phúc và Bù Gia Mập*

TÌNH TA BI ĐÁT

Tình ta bi đát quá đi thôi!
Mới gặp mặt đã chia tay rồi!
Trong hội ngộ nhuốm màu ly biệt
Trước niềm vui thoáng buồn chia phôi

Em về qua cổng hoa chò bay…
Suối tóc thề buông xõa dáng gầy
Anh đứng nhìn theo buồn đứt ruột
Núi Bà Rá sầu lên tím mây

Em về đường vắng nắng nghiêng nghiêng
Chiếc áo bà ba đẹp dịu hiền
Anh đứng nhìn theo dần khuất bóng
Cầu Đắk Lung mờ mịt sương yên

18/11/2023

Em Đến Thăm Một Chiều Mong Manh

(18 khổ = 72 câu)

Em đến thăm một chiều cuối năm
Người tù co ro trong trại cải tạo
Nhìn em bằng đôi mắt buồn tênh
Người vệ binh cầm AK đứng lại

Em đến thăm một chiều cuối năm
Người tù đón em đôi môi khô héo
Con đường đất đỏ mịt mù xa xăm
Đã đưa em về rừng đồi biên giới

Đã đưa em về đau thương đày ải
Bằng tình yêu mầu nhiệm thuỷ chung
Khổ nhục ba năm một lần giở lại
Sao nước mắt người cứ chảy rưng rưng?

Em đến thăm một chiều cuối năm
Vì yêu người tù đời em khốn khổ
Sống lưu lạc nơi quê người, Đất Đỏ
Nhưng tâm hồn sáng tỏ tựa trăng sao

Năm hai mươi tuổi em đi lấy chồng
Chiến tranh cướp mất bao nhiêu hạnh phúc
Chồng em bao năm xa ngoài chiến trường
Đời em bao năm chia lìa, mất mát

Năm hăm lăm tuổi hoà bình trở về
Hàng triệu gia đình sinh ly đồ thán
Chồng em vẫn chưa trở về
Vì đời còn nhiều dâu bể

Có nỗi khổ nào hơn sự đợi chờ?
Có niềm đau nào bằng đời tù tội?
Vì chiến tranh em sống kiếp vọng phu!
Vì hoà bình em ra người góa phụ?

Ngày xưa Nàng Vọng Phu hoá đá
Ngồi trên núi ôm con đợi chờ
Nay em một mình như chiếc lá
Giữa dòng đời tăm tối bơ vơ

Em đến thăm một chiều cuối năm
Nằm bên người tù trong đêm lặng lẽ
Ngàn nỗi nhớ thương mắt em nhòa lệ
Giao thừa trôi qua như lời giã từ

Ngày xanh trôi qua như tiếng thở dài
Những năm còn lại đời em lỡ dở
Những năm còn lại dày vò chối bỏ
Sao kiếp người toàn sầu khổ ngăn chia?

Em ơi, em sanh ra để làm gì?
Em lớn khôn, trẻ đẹp để làm gì?
Nếu đời là vạn ngày sầu hận
Xin cho ta quỳ mãi bên chân

Xin cho ta ghép kín đôi tim
Xin cho ta đốt cháy môi hôn
Để lòng em vơi đi niềm khổ lụy
Và hồn ta được khóc giữa ăn năn

Ba năm qua ta là người tù binh
Chỉ vì muốn bảo vệ quê hương mình
Chỉ vì không thể bỏ anh em mình
Nên bị ném vào tầng sâu địa ngục

Ba năm qua ta trợn trừng tủi nhục
Vì dối lừa đã đánh đĩ niềm tin
Vì hận thù đã pha tối trái tim
Vì tham vọng đã chung thân sự sống

Ba năm qua ta quại quần, ân hận
Bởi vì ta, em nát đứt tương lai
Bởi vì ta, em thân gái lạc loài
Mà bốn phía là chập chùng bất hạnh

Buổi chiều trốn trong khu rừng giá lạnh
Mặc tình cho muỗi vắt mưa nguồn
Nằm bên người tình để rõ mình hơn
Để nhìn thấy nhân quyền bị tước đoạt

Con chim còn có tự do ca hát
Con thú còn có tự do yêu nhau
Người tù nhìn em cõi lòng tan nát
Giọt lệ nào nhỏ xuống tim nhau?

Em đến thăm một chiều mong manh
Nhưng tình em vời vợi ngàn năm
Lòng ta chỉ sợ chưa tinh khiết
Thờ phượng Em Yêu trọn cõi trần!

Trại Bù Gia Phúc, 1978

(*Trích từ thi tập Thơ Vinh Hồ, 1999*) *Trần Hoài Thư có trích dẫn thơ của bài này.

Trong Mơ Em Đã Đến

(36 khổ = 144 câu)

1.
Trong mơ em đã đến má hồng
Ánh mắt đa tình làn môi cong
Thân hình tuyệt mỹ ôi hoang tưởng!
Buổi chiều Thiên Bửu tiếng chuông ngân...

Mái tóc đen tuyền buông óng ả
Tà áo mây bay trắng xóa chiều
Hoa sứ tháng Tư hương ngát cả
Một vùng cây cỏ lối em qua

Ta đi bên cạnh lòng si dại
Như chiếc lá vàng lảo đảo rơi...
Như cánh cò chao nghiêng ruộng lúa
Và dòng sông cát nước bồi hồi

Ta đi bên cạnh lòng hư ảo
Cuộc đời rất thật tưởng như mơ
Lòng trai đã mở muôn cánh cửa
Rực rỡ hào quang đêm chúc hoa

Em đến mùa Hè cho trái chín
Me già thêm huyễn hoặc trăng xanh
Cổ tự mái cong sầu vạn cổ
Và sa di lòng rộn tơ tình

Em đến ngàn thiên kinh vạn điển
Chỉ còn một chữ Sắc (thị không)
Em đến Niết Bàn xa vụt hiện
Và luân hồi cũng hóa hư không

Em đến trục thời gian gãy đổ
Trái tim yêu mở khóa hồng trần
Sa di cởi áo rời Thiền viện
Theo em qua mấy nẻo phù vân?

2.
Cuộc đời rất thật tưởng như mơ
Mấy chục năm qua khói lửa mờ
Đêm nghe tiếng súng tưởng tiếng pháo
Đại bác cầm canh ru trẻ thơ

Bao năm đi dưới những lằn đạn
Qua vùng xôi đậu hằn dấu bom
Qua trũng bóng chết đầy mìn bẫy
Qua xác người qua nước qua non

Bao năm mạng sống treo đầu gậy
Chỉ mành lơ lửng những đêm trường
Không nhà không cửa không con cái
Đất Đỏ điêu tàn đứng cạnh đường

Mùa Xuân năm ấy Phước Tuy mất
Dân chúng tìm đường về Sài Gòn
Em cũng đi tìm giữa ngơ ngáo
Đi tìm Chu Hải, Cấp, Long Sơn…

Mùa Xuân năm ấy GK3
Mấy chục tù binh xương với da
Người sống không chôn nổi người chết
Long Khánh buồn như những tiếng gà

Thất thểu đi tìm qua tháng năm…
Đi tìm qua núi thẳm non xanh…
Em đã đi tìm và đã gặp
GK3 chuyển trại về thành

Nhưng GK3 đã trả lời
"Tù binh chưa được lệnh thăm nuôi"
Chiều 30 Tết tim em đứt
Giọt lệ em rơi giữa phố người

Mùa Xuân năm ấy Bù Gia Phúc
Mấy nghìn cải tạo da bọc xương
Bạn với cái trời, tre, giang, nứa...
Mắt mờ ai gục ngã trên đường?

Phước Long ơi núi đồi biên giới!
Đã nuôi ta sống những ngày tang
Chiều Xuân nắng rót trên rẫy Thượng
Ta thấy Phước Long héo hắt buồn

Mùa Xuân năm ấy chẵn ba năm
Em đã đi tìm giữa núi rừng
Giấy, viết, gạo, đường... và có cả
Dưa hành, thịt mỡ, bánh chưng xanh...

Nhưng Bù Gia Phúc chẳng cho thăm
Em về nước mắt chảy khôn cầm...
Từ ngày kết mối duyên phu phụ
Sầu như tơ liễu rũ sau đầm

Bao năm khói lửa sầu nối sầu...
Hòa bình tiếp nối cảnh xa nhau
Em về trên những đường thiên lý
Đất Đỏ mờ, sương phủ mái đầu

Đất Đỏ về đâu ba năm qua?
Không chồng con cũng chẳng mái nhà
Ngày tháng xót xa như chiếc lá
Giữa dòng nghiệt ngã bóng Xuân qua…

Đất Đỏ ơi tình sâu nghĩa nặng!
Một thời lửa đạn chở che ta
Cứu ta từng đường tơ kẽ tóc
Đưa ta về những bến hiền hòa

Đất Đỏ ơi nghĩa nặng tình sâu!
Ba năm còn đó chẳng hoen màu
Bao giờ ta trở về Đất Đỏ?
Một rừng vú sữa lá âu sầu

Người yêu ơi em khổ vì ta!
Tình chồng nghĩa vợ tám năm xa
Từ ngày tri ngộ trên Thiên Bửu
Má hồng phai nhạt bởi vì ta

Bao năm em cùng ta kết tóc
Cùng ta xây hạnh phúc tương lai
Chỉ toàn ngăn cách toàn ngang trái
Môi cong võ võ tháng năm dài…

Từ ngày em xuất giá tòng phu
Biết đâu trên những bến sương mù
Đời lính ta đem thân đỡ đạn
Phía sau khói lửa là đời tù

Đời lính bao đêm ta thức trắng
Bao năm trực diện với tử thần
Chén đắng đã từng quen uống cạn
Sao còn khổ lụy đến tình em?

Em ơi đời lính tráng xông pha!
Đem thân ra bảo vệ sơn hà
Chiến tranh mong một ngày tàn lụi
Cởi áo chinh nhân trở về nhà

Nhưng hôm nay chẳng có ngày về
Đầu hôm nghe tiếng con tắc kè
Nửa đêm nghe tiếng con dế gáy
Lòng héo khô giọt lệ đầm đìa

Nhưng hôm nay chẳng có ngày ra
Đêm khuya nhìn thấy những thây ma
Hồn gởi về đâu trên bến cũ?
Xương khô từng lóng lệ nhạt nhòa…

Chiến sĩ ư hề sinh tử nhẹ
Cuộc đời tù ngục lịch nào xem
Đời em còn đẹp em còn trẻ
Hãy lo hạnh phúc của riêng em

Chiến sĩ ư hề sinh tử quy
Vô tử "nhân sinh tự cổ thùy…"
Xin hãy xem như ta đã chết
ừ ngày hai mươi tám tháng Tư

Trên vùng biên giới chim kêu bạn
Vượn hú đầu non lạnh suối ngàn
Con đường bụi đỏ xa hun hút
Mây trắng về đâu hàng nối hàng?

Từ vùng biên giới sầu vô hạn
Ta gởi về em thấu nỗi niềm
Cái nghĩa trăm năm dù chẳng vẹn
Nhưng tình còn mãi đến nghìn năm

Ơn em còn đó như sông rộng
Tình em còn đó tựa non bồng
Ba sinh hương lửa lời biển nặng
Nghìn năm nguyền khắc cốt ghi lòng

Chiến sĩ ư hề sinh tử nhẹ
Cuộc đời tù ngục kéo lê thê...
Đời ta ta sẽ tự xử lấy
Đừng khóc em ơi hãy trở về!

Mấy lời nhắn gởi mong em hiểu
Ở trong cửa tử có đường sinh
Nguyện cầu Quán Thế Âm Bồ Tát
Đưa em qua khỏi bến trầm luân

Trại Bù Gia Phúc, 1978

Ta Còn Lại Tình Em (*)
(23 khổ = 92 câu)

Từng ngày qua từng ngày...
Ta nằm trong bóng tối
Người đi qua người về
Ta nằm im như ngủ

Từ khi đi là hết
Tay trói ngược sau lưng
Chào một lần xa xót
Cây cỏ đứng ven đường

Hai mươi năm chiến tranh
Giết đời ta từng phút
Nay đất nước hoà bình
Đẩy ta vào địa ngục

Ba năm rồi còn gì?
Như con cừu khờ dại
Niềm tin và đợi chờ
Khiến hồn ta mòn mỏi

Ba mùa xuân qua rồi
Sống bằng đời tủi nhục
Hoà bình sao u hoài?
Đêm lăn dài nước mắt

Thôi em đừng khóc
Hạnh phúc quang vinh
Giữa mùa Xuân khô khốc
Em bơ vơ một mình

Thôi em đừng khóc
Tình yêu phụng thờ
Chỉ một lần lầm lỡ
Đau khổ đến bao giờ?

Như con chim vành vạch
Soi mặt đời lung linh
Không tìm thấy bóng mình
Ngã dài trên dốc lở

Ngày mai ta có đi
Cũng không còn dấu vết
Thôi tiếc nuối làm gì
Khi cuộc đời rỗng tuếch

Em ơi em ơi!
Em vào đời ta
Hạnh phúc là trái đắng
Em vì lỡ tin ta
Để nửa đời vô vọng

Thôi xin em hãy sống
Chờ đợi cuộc tình không
Tàu ga đêm tăm tối
Cán mãi trái tim nồng

Thôi xin em hãy sống
Ba năm dài nhọc lòng
Mơ hoài một giấc mơ
Vẫn không thành sự thật

Từ khi đi là hết
Thương em giấc ngủ say
Chút tình ơi tha thiết!
Níu giữ ta từng ngày

Từ khi đi là hết
Sao tình em lại về?
Như khu rừng hực lửa
Cháy sáng cả đời ta

Em ơi em ơi!
Giữa cuộc đời hư không
Nay ta chẳng còn lời
Để ru em sầu đông

Từ khi đi là hết
Em đến thăm làm gì?
Chỉ một lần sai sót
Sầu cháy đỏ thiên thu

Những đêm dài nhục hình
Ta nằm im như ngủ
Em bơ vơ dịu dàng
Về ru ta an nghỉ

Em ơi em ơi!
Nếu đời là hoa mộng
Sao hạnh phúc tận cùng
Giữa muôn trùng lệ sóng?

Giữa cuộc đời bão táp
Ta còn lại tình em
Dưới hố sâu chua xót
Em hoa hạnh mặn nồng

Giờ đứt lìa tay với
Trước hạnh phúc xa xôi
Những đêm dài mắt tối
Nghe lặng lẽ dòng đời…

Em ơi em ơi!
Em vào đời ta
Tình yêu là tù ngục?
Sao toàn những cách xa?

Ôi cuộc đời phi lý!
Chỉ đến để rồi đi?
Như bóng chim mất hút
Trên đại dương mịt mù

Ta giờ như thây ma
Trôi hoài trên tuyệt lộ
Xin ru em mặn mà
Bằng muôn lời vĩnh phúc

Trại Bù Gia Phúc 1978

(*) Bài này đã được Nữ nhạc sĩ Linh Phương phổ nhạc
(Trích từ thi tập Thơ Vinh Hồ, 1999)

II. TRẢI QUA NĂM "TRẠI CẢI TẠO"
- Có 74 bài thơ (Đường luật: 30 + Thơ mới: 44)

Thời Gian

Ta đếm thời gian trong tịch lặng
Ta chờ đoàn tụ giữa chua cay
Ta uống khổ đau trong rừng thẳm
Sáng chiều chống cuốc nhìn mây bay

Ngày 5/12/2023

Địa Ngục

Chân cẳng tong teo người ốm o
Ngày nào cũng sắn khoai bo bo
Chiều nào cũng run lên cầm cập
Mới vào địa ngục đã sầu lo

Ngày 3/12/2023

KHỔ SAI

Từ khám Phước Tuy xa
Chuyển về GK3
Tiếp Long Giao đất đỏ
Rồi Phước Long rừng già
Lao động đào gốc rễ
Khổ sai còn xương da
Hai tay dài quá gối
Trên lối sầu tha ma

Jan. 5, 2024

ĐÊM

Trong ngục tù bao la
Bóng thời gian nhạt nhoà
Đầu hôm nghe gió hú
Gần sáng có người la
Tiếng tắc kè buồn bã
Giọng côn trùng xót xa
Ta nằm im như ngủ
Giấc mộng vàng phôi pha

Jan. 6, 2024

ĐẠO HIẾU

1

Đạo hiếu chưa tròn trên cõi đời
Gát tay, tôi trách cái thằng tôi
Lỡ thầy lỡ thợ nên điêu đứng
Không cửa không nhà sống nổi trôi
Thời chiến phải đi vào đất chết
Đổi đời bị bắt làm ma trơi
Mòn con mắt ngóng phương trời cũ
Chờ đợi héo hon cả kiếp người

2

Chờ đợi héo hon cả kiếp người
Đêm tù nhìn vạn ánh sao trời
Chim kêu thảm trái tim tan vỡ
Vượn hú buồn dòng lệ ứa rơi…
Chị xuất giá bình trà cháu rót!
Em còn thơ chén thuốc ai mời?
Hỡi ơi! ăn học thành vô dụng
Đạo hiếu chưa tròn trên cõi đời

Bù Gia Phúc, 1980

VIẾT TỪ TRẠI CẢI TẠO

Viết từ trại cải tạo tập trung
Con gởi về thăm Mẹ hiếu lòng
Đất nước vừa tàn cơn khói lửa
Quê hương mới lập cảnh hoà bình
Nhà bên rộn rã vui sum họp
Riêng Mẹ âm thầm sống lẻ đơn
Gần hết cuộc đời còn khổ ải
Trong tù giọt lệ nhỏ như sương

Xuân Lộc, 1976

(Trích từ thi tập: Thơ Vinh Hồ, 1999)

Nhớ Mẹ Thương Cha

Đêm đêm con thắp ngọn đèn trời (*)
Cầu nguyện cho cha mẹ sống đời
Chiều xuống thương lời cha dạy dỗ
Nguyệt tàn nhớ tiếng mẹ ru hời
Cha già tóc bạc theo năm tháng
Mẹ yếu lưng còng sát đất rồi!
Khốn nạn đời tù không bản án
Đêm nghe tiếng dế lệ sầu rơi…

Bù Gia Phúc, 1978

(*) *Mượn ý câu ca dao:*
Mỗi đêm mỗi thắp đèn trời
Cầu cho cha mẹ sống đời với con.

ÔNG ĐẠO LÒ RÈN

Tấm lòng nhân ái tâm hiền lương
Trong trại tù ai cũng mến thương
Dưới tán chò cao suối róc rách
Trong lò rèn nóng mồ hôi tuôn
Cần cù mài giũa dù mưa nắng
Chăm chỉ trui rèn mặc gió sương
Nhưng hỡi ơi! Trời cao có thấu?
Con thăm nuôi bị hại bên đường! (*)

Dec. 28, 2023

(*) Năm 1977, Ông Đạo Lò Rèn trại Bù Gia Phúc có con gái lên thăm nuôi, khi ra về bị hiếp/ sát hại, hiện hồn về báo mộng cho cha… cha đã đi tìm và gặp xác con…

Em Gái Sài Gòn

1.
Em gái Sài Gòn chẳng ngại ngùng
Thăm Cha, lặn lội vượt muôn trùng
Qua Đồng Xoài, Phú Riềng, Minh Đức
Đến Phước Long, Bà Rá, Đắk Lung
Qua Suối Thác Mơ lòng héo hắt
Đến Bù Gia Phúc lệ rưng rưng
Nhìn thân phụ xác thân tiều tuỵ
Cha nắm tay con khấp khởi mừng

2.
Gặp mặt ai hay phút cuối cùng?
Đường về bị hại giữa mông lung
Hồng nhan bạc mệnh ôi sầu thảm!
Thân gái dặm trường quá não nùng!
Nộ khí ngút trời ai thủ phạm?
Oan khiên dậy đất tiếng đàn chùng!
Bầm gan tím ruột thiên thu hận
Phi lý đau thương đến tận cùng

Mar. 1, 2023

Chờ Chồng

1.

Năm năm xuất giá chồng vào tù
Lưu lạc nơi miền Đông mịt mù
Chẳng họ hàng nương nhờ đất lạ
Không con cái thấm thía lời ru
Chiến tranh phải sống đời chinh phụ
Thống nhất đành làm kiếp vọng phu
Mòn mỏi trông chờ ngày tái ngộ
Thế nhưng Thu vẫn Thu rồi Thu…

2.

Thời chiến hoá thân Nàng Vọng Phu
Đổi đời cô quạnh bóng trăng lu
Âm thầm sầu khổ Xuân rồi Hạ
Đằng đẵng u hoài Đông tới Thu
Dài cả cổ trông nơi núi thẳm
Mòn con mắt ngóng chốn lao tù
Chờ chồng cạn hết thời son trẻ
Mà bóng người xa vẫn mịt mù

Xuyên Mộc, 1980

TRÔI DẠT

Chìm nổi truân chuyên phận má hồng
Từ khi em xuất giá theo chồng
Phước Sơn, Long Hải thân lưu lạc
Đất Đỏ, Cống Dầu mạng suýt vong (*)
Thời chiến trải nhiều phen chết sống
Hòa bình chịu lắm nỗi long đong
Kẻ vào tù nhỏ người tù lớn
Thương cánh bèo trôi dạt giữa dòng

Xuyên Mộc, 1980

(*) Năm 1972, nàng suýt chết tại tiền đồn Cống Dầu (bị tấn công) và trên đường tải thương (bị chận bắt).

Thư Gởi Về Em

Từ vùng biên giới Bù Gia Phúc
Thư gởi về em Long Đất xa
"Cải tạo" không mong ngày tái ngộ
"Tập trung" chẳng biết lúc nào ra
Xin đừng chờ đợi trong vô vọng
Mà hãy quên đi những xót xa
Dũng cảm, xem như ta đã chết
Đi tìm đất sống vượt phong ba

Bù Gia Phúc, 1978

CÂY CHÒ SAU TRẠI

1.

Cây chò tỏa bóng mát la đà
Ngày bốn bận tù lặng lẽ qua
Chiều vác nứa về chim khướu hót
Tối ngồi kiểm điểm hạt trần sa
Xạc xào gió núi rung cành lá
Tí tách mưa rừng ướt cánh hoa
Thương bạn tù canh ba trốn trại
Hương chò theo gió tiễn người xa

2.

Cây chò cổ thụ với trời cao
Sừng sững uy nghi tình dạt dào
Tỏa bóng mát che đời gió bụi
Đầy lòng thương cảm nỗi ba đào
Hoa bay hai cánh vàng xoay tít
Lá gởi những lời ru ngọt ngào
Tán gọi nồm lên chiều mát rợi
Rì rào an ủi cảnh tù lao

Dec. 27, 2023

LƯU ĐÀY

Ngày tháng lưu đày đã mở ra
Người đi biên giới kẻ vùng xa
Rừng già nhiệt đới mưa như thác
Đất đỏ bazan nắng cháy da
Sáng đốn cây rừng, sao, trắc, gụ
Chiều đào cổ thụ, cẩm, hương, đa
Đói lòng ăn trái sim, rau đắng
Khoai mỡ, măng le, ngày tháng qua…

Feb. 26, 2023

TRẠI BUỒN

Mưa núi trại buồn đứng lặng thầm
Trên đường biên giới mù mù tăm
Rừng thiêng nước độc trăn bông quấn
Lũng thấp đồi cao báo đốm gầm
Sáng sớm chặt mây đỉa hút máu
Xế chiều khiêng nứa vắt chơi khăm
Đêm về cú rúc, ma rình rập
Lang sói tru dài đời lặng câm

Feb. 25, 2023

CÙNG MỘT CHỮ BÙ

Bạn về Bù Gia Mập chiều tà
Tôi đến Bù Gia Phúc tối qua
Cải tạo tập trung chờ xét xử
Giam cầm lao động đợi ngày ra
Thác Mơ gầm thét vang sau lán
Sông Bé rì rào vọng trước nhà
Cùng một chữ Bù cùng lận đận
Nên ngày đoàn tụ ngút ngàn xa

Dec. 22, 2023

Bù Gia Phúc

Từ khám Phước Tuy đường khá xa
Chuyển về Xuân Lộc, GK3
Từ nhà tù Long Giao đất đỏ
Chuyển đến Bù Gia Phúc rừng già
Cầu Đắk Lung buồn sông nước chảy (*)
Núi Bà Rá lạnh khói sương pha
Đường lên biên giới sầu cô tịch
Dòng Thác Mơ in bóng nguyệt tà

Dec. 20, 2023

(*) *Cầu Đăk Lung (bắt qua suối Đá chảy xuống sông Bé) cách cầu Đăk Huýt trên đường biên giới khoảng 50km; qua khỏi cầu Đăk Lung độ 10km sẽ thấy trại Bù Gia Phúc, đi tiếp độ 10km nữa sẽ thấy trại Bù Gia Mập.*

TẾT VỀ BÂNG KHUÂNG

1.
Tết về gợi nhớ, nhớ bâng khuâng
Nhớ dáng cao sang dạo phố xuân
Nhớ mái tóc thề đầy ấn tượng
Nhớ tà áo trắng đẹp vô ngần
Nhớ đêm hò hẹn vầng trăng tỏ
Nhớ buổi chia ly tiếng súng gần
Biền biệt kẻ vào tù khổ ải
Người gieo neo giữa chốn phù vân

2.
Tết về lại nhớ, nhớ bâng khuâng
Sau trại tù hoa núi trắng ngần
Mùng Một mây bay về thị trấn
Giao Thừa vượn hú gọi tình nhân
Đèo heo hút gió sầu muôn ngả
Tứ cố vô thân khổ thập phần (*)
Ngồi nhớ dưa hành câu đối đỏ
Mơ ngày đoàn tụ với người thân

3.
Tết về lòng dạ cứ bâng khuâng
Cổng khoá không ai được đến gần
Thằng đói lả chơi cờ đợi bữa
Đứa siêng năng vá áo khâu quần
Trưa trờ vượn hú buồn muôn thuở
Chiều xế hùm la sợ thất thần
Chạng vạng AK bắn xối xả
Giao thừa ngồi nhớ đến người thân
29/12/2018

(*) *Đèo heo hút gió, Tứ cố vô thân: Thành ngữ*

TRẠI TÙ XUÂN ĐẾN

Trại tù Xuân đến càng thêm sầu
Rừng núi thêm thâm u dãi đầu
Bấc thổi căm căm mờ hải giác
Phùn bay lạnh lạnh tím giang đầu
Áo bao cát rách trên bong dưới
Giường nứa tre long trước lỏng sau
Thao thức canh tàn nghe vượn hú…
Trại tù Xuân đến càng thêm sầu

30/1/2019

TẾT TẠI TÙ

1.
Tết tại tù tồi tệ tóc tang
Tối tăm tê tái tình tiêu tan
Thất thơ thất thần thân tàn tạ
Tuyệt tích tuyệt tăm tim thở than
Thời thế thế thời tâm tỉnh thức
Trở trăn trăn trở trí tiềm tàng
Tương tư tơ tưởng thiên thu tận
Tết tại tù tồi tệ tóc tang

2.
Một ngày bằng cả mấy mùa thu (*)
Thời khắc ngừng trôi Tết tại tù
Khỏi vác lồ ô đào cổ thụ
Được ăn thịt mỡ nấu la gu
Khỏi nghe cán bộ khung lên lớp
Được dự buổi văn nghệ đặc thù
Buổi sáng sương mù chiều khói phủ
Đêm nghe vượn hú rừng thâm u

30/1/2019

(*) *Mượn ý câu "Nhất nhật tại tù thiên thu tại ngoại"*

Cái Kết Buồn

(Tặng anh bạn tù Huỳnh Viết Luận)

Cái kết cuộc đời đến quá mau (*)
Trời như sụp đổ đất buồn đau
Năm thằng một sợi trói thúc ké
Hai khẩu AK chĩa thẳng đầu
Chân bước liêu xiêu trên lối sỏi
Súng kèm áp giải tận rừng sâu
Hồn phi phách tán ai vừa quát?
Giọng Bắc sắc như dao, hận sầu

Mar. 3, 2023

(*) Chiều 28/4/1975, tôi và Luận bị 1 đơn vị quân chính quy miền Bắc bắt làm tù binh tại thôn Kim Hải, tỉnh Phước Tuy.

TỪ ĐÓ LAO TÙ

Mất Phước Tuy tay bị trói gô
Lao tù từ đó bước chân vô
Bảy năm sống chết mờ binh lửa!
Một phút sa cơ lạnh nấm mồ?
Chung cuộc bỗng thành người có tội?
Đổi đời đành chịu kiếp lao nô!
Song đường tựa cửa chờ mòn mỏi
Chẳng biết thằng con giờ ở mô?

Mar. 2, 2023

GIÃ TỪ

1

Giã từ Bà Rịa dấu yêu ơi!
Buổi sáng đành lòng tạm biệt thôi
Bị đẩy lên ba lua bịt kín
Bị đày đến trại tù xa xôi
Tương lai mờ mịt hồn tê tái
Rừng núi thâm u xác rã rời
Lại có những chiều thương Đất Đỏ
Phước Tuy còn mãi ở trong tôi

2

Giã từ những kỷ niệm xa vời
Chân bước đi mà dạ rối bời
Xe chạy về đâu trong lũng chết?
Đời còn gì nữa trước luân hồi?
Hai tay bị trói gô hờn tủi
Địa ngục mở toang hoác gọi mời
Vất vưởng bao oan hồn uổng tử
Tù không xét xử phó cho Trời

14/2/19
Mar. 5, 2023

NGÀY ẤY PHƯỚC TUY

Suốt đêm đạn pháo nổ đoòng đoòng
Ngày ấy Phước Tuy lòng héo hon
Chồng bị bắt đưa vào Phước Lễ
Vợ di tản chạy về Sài Gòn
Bên thua cuộc sẩy đàn tan nghé
Phía bắc quân tràn núi ngập non
Kim Hải chiều nao tay bị trói?
Bước đi trước họng súng đen ngòm

Mar. 3, 2023

MỘT NGÀY THÁNG TƯ (*)

Một ngày ảm đạm ngày bàng hoàng
Toàn tỉnh Phước Tuy thật bẽ bàng!
Làm kiếp tù binh trói thúc ké
Túi màu áo trận vứt bên đàng
Trời như sụp đổ thân bầm giập
Đất bỗng tối tăm hồn vỡ tan
Ngày ấy ngày đau thương tuyệt vọng
Ngày mà sự sống chết không màng
20/1/2012

(*) Nhạc sĩ LMST đã phổ nhạc năm 2013

Khóc 30 Tháng Tư (*)
(Hoạ vận thơ Song Phương)

Trong ngục hay tin vỡ tuyến đầu
Cổng Dinh Độc Lập sập vì đâu?
Cõi lòng chết điếng Sài Gòn mất
Mặt đất chuyển rung Phú Quốc sầu
Cuồng bạo hung tàn lên bệ Chúa
Tự do nhân nghĩa rớt dòng châu
Gia đình tan nát, người ly tán
Sông máu, núi xương cao ngập đầu

22/1/2012

(*) Nhạc sĩ LMST đã phổ nhạc năm 2013

Lời Quản Giáo

Này vua khai bệnh chúa chai lười!
Cải tạo mút mùa chẳng nói chơi
Học tập tới râu dài tận gối
Khổ sai đến tóc bạc da mồi
Giảng hoài giảng mãi không lay chuyển
Nhồi tới nhồi lui vẫn thế thôi
Tối tối lại tụm năm tụm bảy
Nhạc Vàng nhạc Trẻ hát vang trời

22/11/2023

NĂM NĂM RA TRẠI (*)

Năm năm ra trại trắng tay người
Thương mảnh vườn xưa cau chuối ôi!
Ruộng đất đã mua bằng nước mắt
Trâu bò phải trả bấy mồ hôi
U hoài hương án lời cha khấn
Gầy guộc canh khuya bóng mẹ ngồi
Mồ mả gia tiên đời lấn chiếm
Năm năm ra trại lệ còn rơi…

2008

(Trích từ thi tập: Thơ Vinh Hồ, 1999)
(*) Nhạc sĩ LMST đã phổ nhạc năm 2009

VẬT ĐỔI SAO DỜI

Con đường cây lá trước trường tôi
Bóng mát theo mây bay mất rồi!
Người lính vào tù thân khổ ải
Thuyền nhân vượt biển lệ đầy vơi
Sân trường chim sẻ im lời hát
Mùa hạ ve sầu bỏ cuộc chơi
Tà áo giai nhân cũng biệt dạng
Tang thương từ vật đổi sao dời

June, 20, 2023

Xin Đừng Phủ Cờ

Khi chết xin anh đừng phủ cờ
Vì tôi người lính chiến sa cơ
Đã không dám chết cho non nước
Cũng chẳng bảo toàn được cõi bờ
Thất trận thân tù đày khổ ải
Lưu vong hồn khắc khoải bơ vơ
Nhìn về quê Mẹ sầu thương vẫn
Một chữ "không" tương lai mịt mờ

June, 20, 2023

Trải Qua Năm "Trại Cải Tạo"

1.
Tại Kim Hải hai tay bị trói
Áp giải vào rừng tưởng đi đoong
Đêm dài ruột đứt tim rỉ máu
Nghe Bắc quân tràn về Sài Gòn

Tại sân vận động buồn tê tái
Tù binh im lặng xếp hàng dài
"Thà giết linh miêu cứu vạn thử"
Những lời đanh thép quá bi ai!

Tại khám đường Phước Tuy u hoài
Có bà mẹ nuôi từ Sông Rai
Có đứa con nuôi từ Núi Nhọn
Đến thăm mà nước mắt lăn dài

2.
Tại GK3 dạ bồn chồn
Tù binh nhập viện bị trả lại
Miệng trối trăn tay bắt chuồn chuồn
Ra đi trong đêm Giao Thừa buồn

Buổi sáng ba tù nhân rời hàng (1)
Nhận trái bắp bất ngờ lảo đảo
Những viên đạn dã man tàn bạo
Máu oan khiên đọng vũng bên đàng

3.
Tại trại Long Giao sầu nối sầu
Đất đỏ bazan cỏ ngập đầu
Chỉ nói một câu trong giờ học
Mà Quách Dược Thanh xuống mộ sâu (2)

4.
Tại trại Bù Gia Phúc, Phước Long
Đói lòng ăn trái xay, rau đắng
Rừng biên giới muôn đời im ắng
Em đến thăm mà lệ lưng tròng

Đói quá! nhiều tù nhân trốn trại
Không may bị vệ binh bắt lại
Nửa đêm nghe tiếng chết tôi rồi
Báng súng điên cuồng đánh vào người

5.

Tại trại Xuyên Mộc lòng héo hon
Tường cao dây thép gai cuộn tròn
Ông đạo Khiết người tù bất khuất
Giữa trưa trốn trại về Sài Gòn

Trải qua năm trại tù thê lương
Bao người ngã xuống giữa đau thương?
Còn ta vất vưởng như ma đói
Tóc bạc mắt mờ da bọc xương

Rằng ta học tập không tiến bộ
Là vua khai bệnh chúa chai lười
Rằng sẽ cho học hoài học mãi
Đến râu dài tận gối mới thôi

Ngày 4/11/2023

(1) *Chuyện có thật tại Xuân Lộc.*

(2) *Quách Dược Thanh nói: "Chủ nghĩa cộng sản là cây chuối trồng ngược" bị nhốt conex, nửa đêm bị bắn chết với lý do "trốn trại". QDT Khoá 1 Trường Chiến Tranh Chính Trị Đà Lạt.*

NGƯỜI ĐẸP SÀI GÒN

Nàng đến thăm tù đêm ba mươi (*)
Can đảm theo chồng vào lán trại
Đêm huyền thoại ngàn năm nhớ mãi
Suối tóc thề man dại biết dường nào?

Nàng mời tôi chén trà B'Lao
Nhâm nhi miếng mứt gừng ngọt lự
Tết! bỗng nhớ một trời quá khứ
Ngày đầu Xuân câu chúc tiếng chào

Nàng hát giọng nức nở nghẹn ngào
Như lâu lắm chưa từng được hát
Làm sống lại một thời gió cát
Nơi tiền đồn quạnh quẽ trăng treo

"Không bao giờ quên" hát tặng người yêu
Nghe nàng hát mà tim nhỏ lệ
Ở giữa ngục tù đoạ đày dâu bể
Nàng làm hồi sinh hai chữ Nhạc Vàng

Người đẹp Sài Gòn quá đỗi huy hoàng!
Nàng hiện hữu đêm tù thành cõi mộng
Nàng ban cho tôi bi hùng, sức sống
"Chân cứng đá mềm" chờ đợi mùa Xuân

Ngày 10/11/2023

(*) *Nàng là vợ Tuấn- ở cùng Đội (hòm thư 3140 trại Bù Gia Phúc, Phước Long) với Khiết, Định, Chánh, Luận, và tôi.*

Hoa Mai Trong Tù

Lạnh lùng bấc thổi phùn rơi
Rừng cây trơ trọi chơi vơi bên đường
Lẫn trong giá buốt mù sương
Cành mai hé nụ vô thường chào Xuân

Thanh cao khoáng đạt vô ngần
Cốt cách quân tử tinh thần kim cương
Chúa Xuân kỳ diệu lạ thường!
Ban tình thương lẫn sắc hương đủ đầy

Trong tù Xuân vẫn còn đây
Nhớ Cao Bá Quát những ngày buồn tanh
Vần thơ khí tiết hùng anh
"Nhất sinh đê thủ" bái cành hoa mai (*)

24/11/2023

(*) "Nhất sinh đê thủ bái mai hoa" thơ Cao Bá Quát

TỜ GIẤY RA TRẠI

Cảm tạ Trời cao Đất dày
Đâu ngờ có ngày hôm nay
Tay cầm tờ giấy ra trại
Ba chân bốn cẳng như bay

Bốn bề núi rừng mênh mông
Ta như con chim sổ lồng
Ngoái nhìn cổng trại lần cuối
Thương bạn tù còn long đong

26/11/2023

Vua Chai Lười

Buổi sáng mùa Thu thật êm ả
Mây bay đầy trời sương muối sa
Trước sân cờ xảy ra chuyện lạ
Vua chai lười nhận giấy xét tha

Buổi sáng mùa Thu lạnh tái tê
Nhưng trong lòng cờ bay phất phới
Sau năm năm mịt mù sương khói
Có ai còn nghĩ tới ngày về?

Vua chai lười bước nhanh như chạy
Nhưng sẽ đi đâu và về đâu?
Về Đất Đỏ hay về Long Hải?
Con đường xưa gợi những niềm sầu

Vợ anh còn ở đó hay không?
Hai nghìn đêm mỏi mòn chờ trông
Thời dâu bể xứ người lưu lạc
Một mình một bóng ngọn đèn chong

24/11/2023

BỊ ĐÀY GIẾNG SÂU

Xuân về trong trại tù
Ta bị đày giếng sâu
Trên miệng là vọng gác
Dưới đáy là thương sầu

Trời cao còn ngó nghĩ
Cho mực nước bình thường
Cho ngày loan gọi phượng
Cho đêm dế kêu sương

Thời gian đi chậm quá!
Khí lạnh vào tới xương
Nhưng ta không thể ngã
Phải đứng vững. Kiên cường!

15/11/2023

Rừng Còn Nhớ Tới Người

Buổi sáng xuống thung lũng
Xế chiều lên núi cao
Trên vai bó nứa nặng
Ta chệnh choạng té nhào

Dưới chân dòng suối bạc
Trên đầu mây trắng bay
Mùa hạ nhãn rừng chín
Xay, đác, sai đặc cây

Sau mỗi lần kiệt sức
"Rừng còn nhớ tới người" (*)
Đã cho ta sức lực
Để bước qua ngậm ngùi

16/11/2023

(*) *trích Suôi Mơ, nhạc Văn Cao*

ĐI GIỮA RỪNG THU

Tôi đi giữa rừng thu
Quen từng cây cổ thụ
Hoa dầu bay như dù
Rơi trên vai trên mũ

Mồ hôi trắng vai áo
Đời rã mòn gót chân
Mây trời bay áo não
Lòng còn mãi bâng khuâng

17/11/2023

MÙA HẠ

Áo bao cát te tua
Chặt cây bằng lăng trắng
Ngồi thở dưới gốc mua
Ngắt vài đọt rau đắng

Gió núi thổi vi vu
Gà rừng lên tiếng gáy
Khoai mỡ đợi người tù
Nhãn rừng chờ tay hái

Mùa Hạ chiều êm ả
Suối trỗi nhạc oanh ca
Người tù đi vội vã
Đường về trại còn xa

18/11/2023

MỘT NGÀY NHƯ MỌI NGÀY

Sáng khiêng gụ, hương, cẩm
Chiều vác nứa, lồ ô
Chỉ tiêu giao quá nặng
Biết tìm nơi núi mô?

Vào rừng vắt hút máu
Xuống suối đỉa trâu đeo
Qua bưng trăn rắn quấn
Lên núi cọp beo trèo

Về trại ngồi kiểm điểm
Phê bình tới nửa đêm
Canh năm gà rừng gáy
Mộng thấy về thăm em

20/11/2023

KẺ MẤT QUÊ HƯƠNG

Như thú hoang bị lùa vào đây
Bầm dập trong rừng sâu đoạ đày
Ngập ngụa giữa buồn nôn phi lý
Ưu tư trước đói khát chua cay

Ta và những đớn đau đoạn trường
Kẻ mất quê hương trên quê hương
Mất hết, không còn nơi nương náu
Như thú hoang cháy rừng đau thương

Ta và những bi đát chán chường
Kẻ mất quê hương trên quê hương
Mất hết, không còn phương trở lại
Như thú hoang cháy rừng đau thương

25/11/2023

MỖI NGÀY NHƯ MỌI NGÀY

Mỗi ngày như mọi ngày hoang sơ
Thật không thể tin không thể ngờ
Con người trở lại thời tiền sử
Giữa rừng già thất thểu bơ vơ

Mỗi ngày như mọi ngày đơn côi
Không có tình yêu chẳng mặt trời
Con người bị tước đoạt quyền sống
Vật vờ, vất vưởng như ma trơi

Mỗi ngày như mọi ngày tủi nhục
Hãi hùng trong địa ngục trần gian
Lê tấm thân tàn như xác chết
Chỉ còn hai con mắt bàng hoàng

Mỗi ngày như mọi ngày đói khát
Bóng thời gian đứng chựng không buông
Trong trại tù buồn cao tựa núi
Chỉ có cô đơn và nhớ thương

Mỗi ngày như mọi ngày héo hắt
Trục thời gian gãy đổ ngừng quay
Tận tuyệt chẳng còn chi để nói
Ngoài đau thương, thống khổ, tù đày

27/11/2023

Trại Long Giao

1.
Từ trại tù binh GK3
Chuyển đến Long Giao dưới nắng tà
Bóng tối đổ dài sau lán trại
Xâm chiếm hồn ta bao xót xa

Đến để phân loại rồi đi tiếp…
Thân phận người tù thời bể dâu
Cải tạo tập trung không xét xử
Lao động khổ sai sầu nối sầu…

Về đâu trên những nẻo mù khơi?
Nước độc rừng thiêng đủ chết người
Trảng Lớn, Cà Tum hay Suối Máu?
Lào Cai, Thanh Cẩm hay Cổng Trời?

Ngày sầu lại tiếp tục ngày sầu
Thương đau lại tiếp diễn thương đau
Tủi nhục lại nối dài tủi nhục
Tương lai tăm tối hận ngập đầu

Long Giao chiều xuống sầu thê thiết
Như gam màu đỏ đất bazan
Xưa căn cứ một thời oanh liệt
Nay trại nhốt người buồn miên man

2.
Long Giao và những ngày héo hon
Cỏ tranh lớp lớp hắt hiu buồn
Ngày hai buổi lao động chết xác
Khai quang, cuốc đất, dọn mìn bom…

Long Giao và những ngày u sầu
Tự phê bình và phê bình nhau
Phải khai cho hết những "nợ máu"
Khai đi khai lại nhức cả đầu!

Long Giao và những ngày đói lả
Ngồi nghe giảng thế giới đại đồng
Mười bài chính trị thêm sầu não
Mây về biên ải buồn mênh mông

29/11/2023

MÓN QUÀ ĐƠN SƠ

Từ trong đống đạn, bom, mìn bẫy
Do tù nhân tháo, gỡ, đào, moi
Ngày nghỉ ta mài, đục, giũa, xủi
Thành nhẫn đeo tay, lược, gương soi

Khắc hai chữ Thuỷ Tiên yêu kiều
Thêm một cành hoa đẹp mỹ miều
Chút kỷ vật của thời bi sử
Để gởi tặng người mình thương yêu

30/11/2023

Lại Chuyển Trại

Tất cả lên đoàn xe bịt bùng
Lại chuyển trại! đường xa mịt mùng
Chưa biết về đâu trong địa ngục?
Đã nghe phủ tạng buồn mông lung

Từ Long Giao xe chạy về đâu?
Tù nhân chật cứng như cá hộp
Đêm giữa ban ngày mưa lộp độp…
Gập ghềnh như đang chạy qua cầu

Rú ga như đang vượt qua suối
Hổn hển như đang đứng giữa rừng
Đường đi khó không do sông núi
Mà khó vì lòng người ác hung

29/10/2023

TỰ CẤT TRẠI TÙ ĐỂ NHỐT MÌNH

Vận mệnh người tù đã gắn liền
Non xanh, nước độc với rừng thiêng
Đoàn xe dừng trước một con suối
Cây dầu cổ thụ ánh trăng xuyên

Tịch mịch hoang sơ giữa đại ngàn
Xa xa vượn hú buồn mênh mang
Dế kêu thủ thỉ nghe như thể
Chia sẻ cùng ta những nỗi hàn

Khu rừng hoang dã Bù Gia Phúc
Ra lệnh ngày mai phải "tận tình"
Cắt tranh, đốn gỗ, chặt tre nứa...
Tự cất trại tù để nhốt mình

28/10/2023

NHỚ VỀ ĐẤT ĐỎ

Từ Long Khánh chuyển về Phước Long
Khỉ ho cò gáy tái tê lòng
Đêm nằm lại nhớ về Đất Đỏ
Chẳng biết em còn ở đó không?

Hay là trôi dạt đến phương nào?
Có còn tiếp tục làm nghề giáo?
Từ lúc lạc nhau ở Xóm Đạo (*)
Tin nhà vẫn biệt tích biệt tăm

Trải qua bốn trại tù "cải tạo"
Chỉ mới hai năm tóc điểm sương
Mỗi sáng nhìn mây về chốn cũ
Nhớ em, nghe vượn hú mà buồn

Trại Bù Gia Phúc, 1977

(*) *tức Chu Hải, Phước Tuy.*

Mộng Quy Cố Hương

1.
Trong tù mộng thấy quy cố hương
Mặt mày hốc hác tóc pha sương
Thân xác gầy khô như khúc củi
Tay dài quá gối đứng bên đường

Ngơ ngơ ngác ngác ta đi tìm
Gọi đò một tiếng lạnh con tim
Tìm em chỉ thấy chiều loang tím
Tìm em như thể đi tìm chim

2.
Trong tù mộng thấy quy cố hương
Ta như ông lão trong thơ Đường (*)
Tánh tình giọng nói không thay đổi
Nhưng đầu đã bạc trắng như sương

Cảnh cũ người xưa giờ đã khác
Bè bạn chẳng còn ai nhận ra
Ta bước đi như người xa lạ
Cô đơn lạc lõng giữa quê nhà

Ngày 2/11/2023

(*) Ông lão trong bài thơ *"Hồi Hương Ngẫu Thư"* của Hạ Tri Chương thời Đường.

Quên Đi Thời Gian

Mồ hôi ướt đẫm áo
Trên vai hai bó tranh
Ta bước nhanh về trại
Chiều ra sân đá banh

Bụng đói meo vẫn giành
Chạy theo banh muốn xỉu
Cố sút vào khung thành
Vì ly chè đậu xanh

Tối bên nồi chè nóng
Tiếp tục đá banh bàn
Chút niềm vui nho nhỏ
Để quên đi thời gian

Ngày 8/11/2023

HÃY TRẢ LẠI TA

1.
Hãy trả lại ta thành phố mất tên
Hãy trả lại ta căn nhà đổi chủ
Hãy trả lại ta Miền Nam trù phú
Hãy trả lại ta quyền sống con người

Hãy trả lại ta tình yêu nụ cười
Hãy trả lại ta hàng me xanh biếc
Hãy trả lại ta Sài Gòn diễm tuyệt
Hãy trả lại ta quê hương rạng ngời

2.
Hãy trả lại ta hai chữ Sài Gòn
Hòn Ngọc Viễn Đông rực rỡ vàng son
Con người thanh lịch, hiền hoà, chân thật
Hơn ba trăm năm lịch sử huy hoàng

Hãy trả lại ta con đường Nguyễn Hoàng
Hai hàng cây lá đẹp đẽ thênh thang
Chúa Tiên nếu không vào đất Thuận Hóa
Làm sao có cuộc Nam tiến huy hoàng?

Làm sao có hình chữ S xinh tươi?
Đã hiện hữu từ thời đi mở cõi
Những trang lịch sử hào hùng chói lọi
Còn khắc ghi trong tâm thức muôn người

3.

Hãy trả lại ta nhân quyền cuộc sống
Hãy trả lại ta hạnh phúc tình yêu
Năm năm qua ta thân xác tụy tiểu
Tóc bạc, mắt mờ, sức cùng, lực cạn

Tù không xét xử, tù không bản án
Bị giam cầm trong địa ngục trần gian
Hãy trả lại ta cuộc sống bình an
Hãy trả lại ta nhân quyền tiếng nói

Một người thanh niên nghe theo tiếng gọi
Anh dũng đứng lên gìn giữ cõi bờ
Bảo vệ dân lành, dân chủ, tự do
Ấm no, sao bảo là người có tội?

Hãy trả lại ta quê hương nguồn cội
Hãy trả lại ta bến nước con đò
Hãy trả lại ta điệu lý câu hò
Hãy trả lại ta những gì đã mất

Bù Gia Phúc, 1980

Trong Trại Tù

1.
Trong trại tù nước mắt ta rơi...
Khi nghe Sài Gòn không còn nữa
Hàng triệu người bỏ nhà bỏ cửa
Làm thuyền nhân vượt biển ra khơi

Trong trại tù giọt sầu chảy ngược
Khi nghe Sài Gòn đã đổi tên
Những lần cùng em đi dạo phố
Bao kỷ niệm đẹp làm sao quên?

2.

Trong trại tù sầu cao tới mây
Thân phận con người như cỏ rác
Phi lý, đau thương và đói khát
Hận thù, khổ ải với đoạ đầy

Trong trại tù buồn sâu tận vực
Thời gian chết lịm khói mây vương
Kẻ ở chán chường đời tận tuyệt
Người đi thê thiết da bọc xương

Trong trại tù tuổi xuân tàn tạ
Địa cầu chết lặng trục ngừng quay
Trần trụi, chẳng còn chi để nói
Đời tối tăm đêm giữa ban ngày

1978

MẤT ÁNH MẶT TRỜI

Ngày 28 mất ánh mặt trời
Tay bị trói, cùng đường, mạt vận
Giọng sắc lẻm lạnh lùng thù hận
Chĩa súng vào người dẫn đi đâu?

Từ đó ta làm kiếp ngựa trâu
Đày đọa trong rừng sâu nước độc
Đêm từng đêm trở trăn trằn trọc
Tiếng cú buồn rúc mãi không thôi

Ngày 9/11/2023

Căn Phòng Tạm Giam

Đầu tháng Năm lên xe bít bùng
Đến Xuân Lộc phố buồn hiu hắt
Trăm người tù lòng đau như cắt
Phòng tạm giam chật ních hôi tanh

Đại tá Lai ngồi suốt năm canh
Hút điếu thuốc này đến điếu thuốc khác
Du kích hỏi -Này ông đầu bạc
Sao không chạy theo Mỹ còn ngồi đó u sầu?

-Tôi yêu quê tôi chẳng muốn đi đâu
-Yêu sao lại bán cho đế quốc?
Cuộc đối thoại trong đêm chấm dứt
Khi một người tù bị bắt dẫn đi…

Bỗng từ đâu ba tiếng súng ai bi
Người du kích chỉ một mình trở lại
Cả căn phòng hiểu điều chi tệ hại?
Miệng cầu Trời mà nước mắt lăn dài

18/12/2023

Mẹ Thiên Nhiên

Màu của núi rừng hòa cùng đại dương
Trái đất xanh lơ như một thiên đường
Mẹ của thiên nhiên trái tim từ ái
Đối với người tù Mẹ càng yêu thương

Mẹ cho nấm mèo, trái xay, rau củ
Nuôi nấng người tù đoạn tháng qua ngày
An ủi người tù những khi buồn tủi
Khích lệ người tù mưa dạn gió dày

Khi nồm nam đến nhạc trỗi vi vu
Khi mùa Thu về mưa ngâu thánh thót
Khi em lên thăm oanh ca khướu hót
Lồ ô che kín mít chỗ em nằm

Mẹ thiên nhiên vẫn im lìm tịch lặng
Nhưng tình sâu nặng sương khói mịt mù
Bốn mùa cưu mang muôn loài vạn vật
Lòng Mẹ thiên nhiên vĩ đại thiên thu

Mùa Xuân Mẹ cho trăm hoa đua nở
Mùa Hạ Mẹ cho cây trái chín hườm
Mùa Đông Mẹ cho người tù củi lửa
Để sưởi cuộc đời héo hắt đau buồn

14/12/2023

RỪNG NÚI VÔ TRI

Mùa Hạ Sài Gòn mưa rơi mát rợi
Trên phố giai nhân xinh đẹp rạng ngời
Tháng sáu Phước Long mưa bay khắp núi
Trong rừng kim điệp hoa nở tuyệt vời

Dưới gốc sao già, tàu bay, rau đắng
Nấm mối mọc dày bụ bẫm dễ thương
Người tù gánh tranh qua dòng suối vắng
Trái gắm đong đưa chín mọng bên đường

Thương những mảnh đời trăm cay nghìn đắng
Rừng núi vô tri như có linh hồn
Lặng lẽ âm thầm góp phần nuôi nấng
Chia sẻ ngọt bùi trên những hoàng hôn

15/12/2023

ĐÁ MÒN
NHƯNG DẠ CHẲNG MÒN

Đánh tranh, đan liếp, lợp nhà
Nấu cơm, bửa củi, hay ra ngoài rừng
Chặt cây, bứng gốc, dọn bưng
Trồng mì, trỉa bắp... bán lưng cho trời

Vệ binh con mắt không rời
Mặt mày dữ tợn nói lời khó nghe
Làm le thì nói nàm ne
AK thì cứ kè kè trên tay

Giọng nói sắc như dao phay
Mở miệng toàn những đắng cay thế nào?
Thời gian mòn mỏi hư hao
Nếu mà gục ngã đớn đau phận mình

Đói lòng ăn trái bồ quân
Uống lưng bát nước xin đừng bi quan
Cầu Trời cho chữ bình an
Tâm luôn trong sáng tình càng sắt son

"Đá mòn nhưng dạ chẳng mòn
Tào khê nước chảy hãy còn trơ trơ" (*)

Ngày 11/12/2023

(*) *Ca dao*

SÓC THƯỢNG

Người tù qua suối chặt lá trung quân
Rồi theo lối mòn đi vào Sóc Thượng
Người chồng tử tế mời ly rượu cần
Người vợ tốt lòng cho khoai cho bắp

Trên đường về trại chân cao chân thấp
Hai chữ nghĩa tình cảm động biết bao!
Kỷ niệm Phước Long còn trong ký ức
Mỗi khi mơ thấy dòng lệ tuôn trào

Ngày 10/12/2023

Trốn Trại

Tiếng la ơi ới, bắn liên hồi
Đêm Giao thừa giọt lệ tôi rơi...
Thầm cầu bạn chạy nhanh như gió
Viên đạn tránh người bay lên trời

Bạn đi may mắn, đi trót lọt
Vượt qua Sông Bé lạnh căm căm
Canh năm tôi trở trăn thao thức
Không nghe tiếng súng lòng mừng thầm

Ngày 4/12/2023

Tù Nhân Bất Khuất

Sau ba năm chẳng thấy ai về
Tại Khu A trại tù Xuyên Mộc
Nhà văn Nguyễn Mạnh Côn tuyệt thực
Ngày ông đi mưa gió dầm dề

Là một tù nhân không xét xử
Coi thường sinh tử sống trung kiên
Là một tù nhân không bản án
Đấu tranh cho công lý nhân quyền

29/11/2023

Cõi Nhân Gian

Cõi nhân gian ăn nói quàng xiên
Đày người nơi nước độc rừng thiêng
Lại bảo "đi học tập cải tạo"
Bao người ngã xuống giữa oan khiên?

Tại GK 3 Tết đầu tiên
Người tù chết lịm trong mê sảng
Sốt rét rừng lấy đi tính mạng
Nấm mộ buồn lãng đãng khói sương

28/11/2023

Ta Phải Sống

Lên đây là chết chắc
Nơi rừng già núi xa
Nhưng ta phải ráng sống
Ăn cả con ốc ma

Lên đây là bỏ xác
Nơi nước độc rừng sâu
Nhưng ta phải gắng sống
Ăn cả lá sầu đâu

27/11/2023

Ước Mơ Thật Bình Dị

Năm năm trong trại tù
Ôm nỗi sầu thiên thu
Hồn nương theo ánh nguyệt
Bay về đâu mịt mù?

Tìm em nơi bến nước
Cây đa cao ngất trời
Con đò muôn kiếp đợi
Tình thuỷ chung cao vời

Cùng em xây tổ ấm
Sống cuộc đời tự do
Bên dòng sông lờ lững
Vang vọng những câu hò

Ước mơ thật bình dị
Không bao giờ rời nhau
Bù tháng năm xa cách
Tình yêu em nặng sâu

Rồi mình sinh em bé
Anh cuốc bẫm cày sâu
Nuôi con thơ khôn lớn
Suốt đời mãi bên nhau

25/11/2023

MỘT NGÀY TRONG TRẠI GK3

Buổi sáng
Không có sương mù
Khu gia binh của Sư đoàn 18 đã biến thành trại tù
Trở nên buồn bã, bất động
Chính cái giếng quay tay này
Con rãnh thoát nước mưa này
Nơi ngày xưa vợ con lính ra múc nước tắm giặt
Cũng trở nên buồn bã, bất động

Đoàn tù đi qua
Đầu đội nón rách, mình mặc áo bao cát
Vai mang túi mìn claymore đựng cơm, muối
Tay cầm con dao
Hai mươi người đi qua lặng lẽ

Tỉnh lỵ Long Khánh cũng lặng lẽ buồn

Không có con bồ câu nào gù gù trên tháp chuông nhà thờ

Không có căn phố nào mở cửa bán đường, đậu, thuốc lá

Một bóng người cũng không!

Lẽ nào dân chúng đã bỏ đi hết?

Đi đâu? về đâu?!?

Bỗng

Ba phát súng nổ làm kinh hoàng buổi sáng

Đoàn tù dừng lại ngơ ngác

Ba tù nhân nằm sóng soãi trên máu mình

Tay còn cầm trái bắp luộc nóng hổi

Người dân nào có lòng từ tâm cho trái bắp?

Người vệ binh nào có lòng hận thù cho viên đạn?

Đoàn tù vẫn tiếp tục lộ trình

Không ai giải thích

Không ai bình luận

Ba người bạn tù xấu số!

Vẫn nằm đó bất động bên đường

Đoàn tù vẫn đi qua, đi qua...
Chiếc T54 bị bắn cháy nằm phơi xác nám đen
Tại ngã ba cuối phố
Không ai chịu kéo nó đi để trả lại cho đường
Chẳng lẽ người ta muốn vinh danh nó?
Kẻ chến thắng
Trong trận chiến nồi da xáo thịt

Đoàn tù vẫn đi qua, đi qua
Làng xóm nghèo nàn
Núi rừng xơ xác
Không có hàng rào, bờ bụi nào ra lá non bên đường
Không có ai hút thuốc vứt mẩu tàn thuốc xuống đường
Không có ai ăn mít chín cây liệng xơ trên lối đi
Trong túi mìn đang mở nắp đón chờ
Chỉ có vài lá vông nem
Và ít đọt mì Ấn Độ

Địa điểm phải đến đã đến
Khu rừng ba mặt là suối
Những tàng cây cao xanh lá
Những tảng đá xanh rêu có mặt
Giờ ăn trưa mười bảy bạn tù dụm lại một chỗ
Mấy người vệ binh cầm súng đứng trên hòn đá cao
Gườm mắt chăm chăm
Không rời mục tiêu cố định

Bữa trưa no nê
Thật sự no nê
Dường như
Đã lâu lắm rồi người tù mới gặp lại
Cái cảm giác thỏa thuê, hào phóng

Ba chén cơm vun gạo trắng ôi dịu dàng!
Những ngày lao động nhẹ, lao động gần
Như trồng chuối, bửa củi, gánh nước, hốt nhà cầu, tưới rau, thu dọn doanh trại, tháo gỡ mìn bẫy...
Mỗi người chỉ nhận một chén bo bo gạt bằng
Sự hụt hẫng như con bò nhai lại
Dễ biến thành yếu hèn, nhu nhược

Trong giờ lao động

Có ai ra khỏi khu vực quy định làm chi

Chặt cây, phá rừng, dọn rẫy, chọt lỗ trỉa lúa, cuốc lỗ trồng mì

Khói lửa mù mịt

Tro bụi đầy trời

Nỗi sầu che kín

Phận người, tương lai?

Một rẫy mì, lúa sẽ mọc giữa khu rừng hoang dã

Mai đây mùa Đông rét mướt sẽ tới

Lũ thú rừng sẽ có cái đỡ lòng

Con chim bay ngang ngứng cánh nhìn xuống

Người tù chống cuốc trông lên

Suy nghĩ, cười

Nụ cười khô khốc

Nhưng cũng làm cho khu rừng già giật mình, chuyển động

Buổi chiều thật buồn

Không có người tiều phu nào đốn củi gần đó

Không có vợ chồng người Thượng nào gùi con đi ngang

Màu nước suối vàng khè thoát ra

Lững lờ...

Dòng suối không chịu đứng yên

Dòng suối vẫn chảy, dù chảy ngược

Những người lính can trường thuở trước

Không chịu chiến đấu dù chỉ một ngày

Tại sao?

Và đã đi đâu về đâu nơi tận cùng khổ nhục?

Ôi những con bướm nhỏ xíu!
Như không phải là bướm
Ôi những con muỗi a nô phen!
Như không phải là muỗi
Bay ù ù bên tai
Rừng núi kinh động
Tiếng chim gõ mõ
Tiếng khỉ ho cò gáy
Tiếng chó sói tru dài
Tiếng hổ gầm báo động
Và gần nhất dưới chân
Loài trăn chuyển mình nứt tầng lá mục

Và xa kia
Trên bầu trời xanh
Loài kênh kênh đã lù lù xuất hiện
Cuộc sống thiên nhiên bắt đầu
Ngàn vạn năm trước cũng bắt đầu như thế này
Ai có thể tưởng tượng được những gì sẽ xảy ra?
Sau đó

Buổi chiều vàng
Vàng như da thịt người chết
Mặt trời treo cổ trên đồi núi xa
Như thúc giục đoàn tù về trại sớm
Đoạn đường dài, dài ra
Với nhiều đồi cao dốc thẳm
Cây củi mục nặng thêm
Trên đôi vai rã mục
Đoàn tù lặng lẽ đi từng bước một
Trại gia binh, mà không phải trại gia binh
Mở cổng

Tiếng bạn tù phá tan bóng tối
Đón, như trẻ thơ đón mẹ về chợ
Lon guy gô lá rừng đem lại niềm vui cho mắt
Ôi niềm vui quý hiếm của đời tù!

Buổi tối thất sắc

Khi nghe tin người bạn tù Hải quân đã bị trả lại

Sáng nay bệnh viện Long Khánh không nhận bệnh nhân

Lý do: tù binh

Trả lại

Là trả về bên kia thế giới

Ôi cha mẹ vợ con anh đâu?

Hay anh vẫn còn độc thân?

Không cả một người tình?

Vì khuôn mặt anh

Người lính Hải quân đẹp trai còn rất trẻ

Anh đã bị bắt dẫn vào trại Bình Sơn

Nơi quanh năm không thấy ánh mặt trời

Những người khoẻ mạnh đã run lên cầm cập

Và ra đi gần hết

Những người sống không chôn nổi người chết

Chiều hôm qua chín người tù binh sống sót

Được chuyển về đây, thành phố

Tất cả phải bò qua cái rãnh nước ngày xưa

Mắt mờ tóc rụng

Những nhánh xương dài lõng thõng bước đi

Buổi tối xì xào

Ánh sáng yếu ớt

Bóng đèn trên cao

Trại "gia binh" dài hun hút lo âu

Người bạn Hải quân chưa chết

Đưa tay bắt chuồn chuồn

Miệng anh mấp máy

Mắt anh đờ đẫn

Anh đang đi vào giấc mộng thiên thu

Có lẽ nơi đó

Anh sẽ tìm thấy những gì mà trên đời này anh không tìm thấy

Rồi ngày mai

Khi bắt đầu lại ngày mới

Ai lên rừng sự sống

Ai ở trại cõi chết

Đều giống nhau

Đều ôm một nỗi buồn riêng

Chất ngất

Một ngày chậm chạp trôi qua

Như tiếng thở dài của thời gian vĩnh cửu

Ngày lãnh đạm/vô tình/vô tâm

Nhưng rất thật

Orlando, 7/10/1998

(Trích từ thi tập Thơ Vinh Hồ, 1999)
Du Tử Lê có trích dẫn thơ của bài này.

TA CẦM CÂY LỬA

Ba năm qua chính cây lửa này
Đã đốt cạn dần mòn hi vọng
Bởi hứa hẹn và những lời trống rỗng
Khiến đợi chờ còn khổ mấy ngục sâu?

Dù là con thú hoang lạc bầy
Cũng biết phân biệt lòng chân thật
Nay ta chết vì đời lừa lọc
Bằng trăm thứ miệng lưỡi hôi tanh

Ta cầm cây lửa ba năm qua
Đi giữa khu rừng giam cầm sự sống
Đốt thành than những thân cây bất động
Như đốt tan hoang tuổi trẻ đời mình

Thà nói thẳng ta chung thân đày ải
Thà nói thẳng ta tùng xẻo nhục hình
Để giọt mồ hôi không hoà máu lệ
Để bát cơm ăn còn thấy ngọt lòng

Ta cầm cây lửa ba năm qua
Đi giữa ngọn đồi khát khao thầm lặng
Lửa cháy ngút trời phận người lận đận
Ôm trái tim khô sầu hận chưa buông

Ta cầm cây lửa ba năm qua
Đi giữa thung lũng ăn năn mòn mỏi
Dòng suối yêu thương từ đâu réo gọi
Có phải giấc mơ bình dị không thành?

Ta cầm cây lửa ba năm qua
Đi giữa vòng tròn hoài nghi thù hận
Có phải thủ đoạn trần truồng dơ bẩn?
Muốn biến người thành loài thú hoang sơ

Ta cầm cây lửa ba năm qua
Soi thấu những tầng sâu địa ngục
Có phải linh hồn cong queo gỗ mục?
Đang kéo rê chân trên những nấm mồ

Hỡi định mệnh! Bốn ngàn năm khốn khổ
Có vết thương nào nhức nhối hôm nay?
Ai xé toạc tấm nhiễu điều đẹp đẽ?
Nhận xuống bùn nhơ nhục nhã đêm ngày

Hỡi kiêu ngạo! Hãy ngừng bài nhân nghĩa
Trả lại cho người cuộc sống bình an
Hoang mạc sau lưng động từ chiến thắng
Là những tang thương, bại hoại, suy tàn

Hỡi hạnh phúc! Xin em về hát lại
Bài tình ca chết lịm ba năm qua
Ta đã trót yêu người muôn vạn kỷ
Nhưng cuộc đời thì phi lý xót xa

Trại Bù Gia Phúc, 1978

(*Trích từ thi tập Thơ Vĩnh Hồ, 1999*)

BÊN CẦU ĐẮK LUNG

1.
Chiều leo lét trên ngọn lồ ô già
Chiều chậm chân trên đường đất xa
Có cơn lốc vô tình thổi tới
Đoàn tù nhân co rúm nắm xương khô

Dòng suối rất dịu dàng thân quen
Rửa sạch lớp ghét bẩn ngày tàn
Mười phút phù du vỗ về, mơn man
Nhưng hôm nay con suối lạnh buồn
Con suối lặng lờ, nằm im, tê tái
Cây cối bên bờ, đứng yên, ngây dại
Bởi vì Em vừa chết sáng hôm nay

Bên cây cầu Đắk Lung
Dưới chân đồi Thiên Trúc
Địa danh Bù Gia Phúc
Phước Long

Ai đã giết em? Em gái Sài Gòn?
Khi tuổi đời đang rạng rỡ trăng tròn
Khi môi đỏ chất đầy rượu mật
Mái tóc lưng dài dáng đi chất ngất!

Bờ vai thơm gọi gió bão quy về
Những lời chim đêm ngọt lịm, tỉ tê
Ai biết được nụ hôn đầu chớm nở?
Cả tiếng lòng ai si mê, nức nở...

Cả tình em run rẩy, trộn hoà nhau
Những con đường ngắn ngủn đợi chờ nhau
Những quán cóc Sài Gòn xanh kỷ niệm
Có buổi tình hè Trung Lương trái chín

Lá hoa chim nghiêng mắt đứng nhìn
Cõi Thiên đường mở cửa ở trần gian
Trời đất xoá nhoà, thời gian mất dấu
Chỉ hiện hữu một tình em nung nấu

Và đôi tim thơ dại yêu nhau
Chiếc thuyền nâu chở hương sắc nhiệm mầu
Trôi, trôi mãi... về vùng quê huyền ảo
Bên kia mặt trời Mỹ Tho/sương khói...

2.
Chiều nay người tù vác bó lồ ô
Như thường ngày ghé qua cây đại tuế
Cây đứng thẳng ném tàng xanh vào mây trời
Và thả hạt trần bay khắp núi non
(Những hạt nâu trần gắn chong chóng màu đỏ
Xoay tít trong không gian)
Để lưu truyền nòi giống

Nhưng hôm nay cây đứng lặng buồn
Không có cánh dù nào rơi xuống
Không có con khướu nào đến hót
Khi ánh chiều rây màu sắc cuối ngày
Bởi vì Em vừa chết sáng hôm nay

Bên cây cầu Đắk Lung
Dưới chân đồi Thiên Trúc
Địa danh Bù Gia Phúc
Phước Long

Ai đã giết em? Em gái Sài Gòn?
Khi tuổi đời đang rạng rỡ trăng tròn
Ai đã giết em? vùi thân em buốt giá
Ai đã giết em? giữa núi rừng xa lạ

3.
Chiều nay người tù trở về từ nông trường cao su
Miệng đắng chát, bước chân không vững
Mắt hoa lên không thấy ai vừa ngã gục

Chiếc áo vá bằng miếng vải bao cát
Cũng không đỡ nổi mấy thân củi mục
Chiếc áo rách vai, rách sả xuống lưng người
Bóng chiều cũng ngã sấp xuống chân đồi

Nhớ những lần người tù ghé vô lò rèn
Bễ lò rèn cháy lên hừng hực
Những lưỡi cuốc sáng lên bén ngót
Người thợ già nhễ nhại mồ hôi
Say sưa kể về người con gái lớn

Nàng đã nghỉ học
Đi bán thuốc lá ở ngã ba, ngã bảy
Đồng tiền kiếm được chẳng là bao
Có khi bị bắt vì tội bán thuốc lá ngoại
Nàng nuôi mẹ, nuôi em, nuôi cha cải tạo
Nàng mua tất cả những gì mà cha nàng cần:

-Ba đã già rồi! những gì Ba sắm ngày xưa

Con hãy mang bán đi, để mua cho Ba đường, đậu, gạo, nước mắm, thuốc tây, kể cả thuốc rê, và giấy bút viết thư

Bởi vì Ba cần sống để gặp Mẹ và các con

Nhưng hôm nay người thợ rèn ngả bệnh

Bễ lò than củi lạnh tanh

Những lưỡi cuốc, lưỡi dao gãy cán

Những con dế chó không buồn dạo nhạc

Và bóng đêm đã thấp thoáng đợi ngày

Bởi vì Em vừa chết sáng hôm nay

Bên cây cầu Đắk Lung

Dưới chân đồi Thiên Trúc

Địa danh Bù Gia Phúc

Phước Long

Ai đã giết em? Em gái Sài Gòn

Khi tuổi đời đang mơ mộng trăng tròn

Ai đã giết em? Ai đã hiếp em?

Và vùi thân em dưới lòng đất tối

Những kẻ sát nhân sao chưa lên tiếng nói?

Bóng đen nào che giấu hành động tày trời?

4.

Chiều nay người tù trở về trại

Bóng đêm leo qua ô cửa

Bóng đêm dày đặc trong phòng

Tù nhân san sát tù nhân

Ba gang tay chiều rộng

Lồ ô, nứa, cây rừng

-Bây giờ là bao giờ?

Có tiếng tắc kè kêu lên từng tiếng một

Có tiếng kéo cơ bẩm khô giòn

Có tiếng hỏi ai cụt ngủn rơi vào đêm đen

-Bây giờ là bao giờ?

Không ai trả lời

Không ai hút thuốc

Không ai xin lửa

Không ai trở mình

Không ai thở

Tất cả đã chết hết rồi chăng?

Chỉ còn lại tôi và tôi và...
Tôi phải quyết định như đã từng không quyết định
Ngày mai tôi phải đi khỏi nơi đây
Tôi không thể ở lại để tiếp tục làm một tên
Khốn kiếp!

Tôi không thể ở lại để cứ nhìn mãi tôi
Đốn mạt!
Tôi phải đi vì tự do trước mặt
Tôi phải đi vì niềm hi vọng cuối cùng đã tắt
Bởi
Nàng đã chết sáng hôm nay

Bên cây cầu Đứt Ruột
Dưới chân đồi Tủi Nhục
Địa danh Buồn Muôn Thuở
Phân Ly.

Orlando, 6/9/1998

(Trích từ thi tập Thơ Vinh Hồ, 1999)

Ngọn Đồi Không Tên

Người qua rừng núi cũng rưng buồn
Lớp lớp lồ ô đứng héo hon
Xương tàn vác nứa qua sông lạnh
Dừng lại nhìn làn khói trên buôn

Khuôn mặt người tù thoáng nhớ quê
Bao nét ưu tư bỗng dại khờ
Hồn thả trôi trôi dòng suối bạc
Trôi về trên những bến sông chờ

Vợ anh từ buổi tang thương ấy
Lưu lạc truân chuyên phận má hồng
Nhà cửa đã vào tay kẻ khác
Cuộc đời mạt pháp có thành không

Từ giã quê nhà đi kinh tế
Chôn đời son trẻ với núi non
Khoai sắn lá rừng ngày tháng đoạn
Nần say diệu đắng đã qua cơn?

Muỗi núi chẳng thương người vợ trẻ
Mưa nguồn tàn phá tấm dung nhan
Một ngày mây xám bay đầy lán
Nàng đã ra đi theo khói sương!

Thân xác mỹ nhân vùi đất núi
Tiếc nàng chỉ có lớp cỏ sương
Và cây lăng trắng bên bờ suối
Khóc nàng hoa nở tím rừng sim

Con nàng một trẻ thơ vô tội
Bỏ rừng thiêng nước độc lang thang
Ngày đến xin ăn nơi cuối phố
Đêm về lăn ngủ dưới công viên

Người Mẹ nào chẳng thương con trẻ?
Nàng hiện về… đắp ấm cho con
Đêm nghe nàng khóc trong mưa bão
Và thở than khi gió trở mùa

Ai đã bắt đi trẻ bụi đời?
Không nhà, không cha mẹ cút côi
Tấm thân tơi tả, không cơm áo
Không tuổi thơ, không cả tình người

Ở bên trại "phục hồi" nhân phẩm
Là lò "giáo dục" trẻ lang thang
Đường dê dấu thỏ, đêm ghê rợn
Rừng núi mênh mông tiếng cú hờn

Nhưng rồi con trẻ cũng buông xuôi…
Trời rét căm căm mưa sụt sùi
Ngọn đồi bên suối, mồ trẻ dại
Cạnh đường đất đỏ số… mù khơi

Ngọn đồi không tên, mồ trẻ dại
Lâu rồi không một nén hương thơm
Không một bóng người phu qua lại
Chỉ có chim kêu, vượn hú buồn…

Ngọn đồi không tên, mồ trẻ dại
Lâu rồi xanh phủ kín lồ ô
Mỗi chiều mỗi sáng Nàng thăm mộ
Làn khói hư vô lãng đãng về

Ngọn đồi không tên, mồ trẻ dại
Có làn sương khói, trái tim Nàng
Có lớp lồ ô hiu hắt đứng
Và người tù vác nứa đi ngang...

Orlando, 14/9/1998

(Trích từ thi tập Thơ Vinh Hồ, 1999)

BÀ RỊA GIÃ TỪ

1.
Bà Rịa giã từ, nơi ta đã đến
Bao nhiêu ngỡ ngàng vũ khí trên tay
Trận mưa đầu mùa hàng cây nghiêng nón
Con chim chào người đôi mắt thơ ngây

Bà Rịa giã từ, nơi ta vào đời
Giáp mặt thật sự cuộc chiến tàn khốc
Từ bỏ mái trường một thời trốn học
Xa rời quê hương Núi Vọng ngủ yên

Bà Rịa giã từ, bảy năm yêu dấu
Mang đến cho ta cuộc sống nhiệm mầu
Tàn phá đời ta ly rượu đớn đau
Chém nát mặt ta lưỡi dao dục vọng

Ta ngây dại như người chưa được sống
Ôm cuộc đời bằng đôi mắt hoài mong
Đón tình yêu như loài thú cuồng điên
Cấu nát thịt da trái tim nức nở

Tình chẳng đủ nên bom rền núi lở
Yêu khôn cùng thành gian dối môi hôn
Ta yêu người thắp sáng lại hồn hoang
Cạn chén đam mê nửa đời khát vọng

Bà Rịa giã từ, cho ta sự sống
Trong những ly độc dược tận cùng say
Niềm vui trong đau khổ chua cay
Và những phút nhiệm mầu, vĩnh cửu

Bà Rịa giã từ, cho ta mông muội
Trên đôi môi nhục thể của quyền uy
Ta đi theo Nàng nhan sắc mê si
Bị chiếm đoạt để nửa hồn rét mướt

Chân người dài ta mãn đời thua thiệt
Môi người hồng ta rách nát tương lai
Người thế lực ta đứng chỗ chông gai
Người sang trọng ta đường trường cô độc

Tình yêu là gì? giữa đời vật chất
Ta bao đêm gọi Thượng Đế cao vời
Trên cánh đồng ơn phước của Người
Ta chỉ gặt toàn bông hoa đau khổ

Bà Rịa giã từ, khoảng đời sóng vỗ
Mà hồn ta? đám mây trắng lang thang…

2.
Bà Rịa giã từ, nơi ta ra đi
Có hàng cây và trận mưa nức nở
Tay ta không còn để vẫy lời từ giã
Thôi về đi con chim nhỏ yêu thương

Bà Rịa giã từ, ngày ta ra đi
Cõi lòng điếng tê, tay buông vũ khí
Hoà bình đến rồi, hoà bình thật rồi?
Sao có người ra đi chưa trở lại?
Sao có người bị trói bước thê lương?

Bà Rịa giã từ, nơi ta ra đi
Chắc không có một ngày trở lại?
Con chim còn biết thương nguồn cội
Sao đời người mãi ngục tù đen tối?

Nắng nào đổ xuống đầu người?
Mưa nào xối xuống lưng người?
Núi nào có củ nần say điên dại?
Và từng lá diệu đắng tê môi!

Trưa nào nằm mê dưới mặt trời?
Mơ hoài những chén cơm ngây ngất
Đêm nào nằm sâu trong rã rời?
Gọi hoài những tên người đã khuất

Lừa dối nào héo vàng hi vọng?
Hận thù nào đóng đinh sự sống?
Tủi nhục nào viết lên tháng ngày?
Khi chân người nhúng vào nhầm lẫn

Bà Rịa giã từ, cõi miền mộng mị
Và những vùng sâu thẳm của ăn năn
Ta đã sống bao đêm dài khổ lụy
Giọt lệ sầu nhỏ xuống tim đen

Bà Rịa giã từ, chiếc cầu vô định
Đã đưa ta về chạm mặt tử sinh
Dòng nước cuốn đời ta vào tuyệt vọng
Nát tan thành những bọt buồn câm

Xin từ giã ước mơ ở lại
Sân ga xưa tàu chẳng quay về
Cửa đóng ngàn năm còn ái ngại
Bóng tù trong mưa gió lê thê

Xin từ giã thân yêu ở lại
Nơi nào ta đến để rồi đi
Con nai lạc đứng nhìn thế kỷ
Mặt trời đen lạnh buốt thiên thu

Trại tù GK3 Long Khánh, 1976

(Trích từ thi tập Thơ Vinh Hồ, 1999)

Tháng Tư Trong Tù

Bụng trống, trong tù ôm nỗi hàn
Từng đêm thao thức tím tim gan
Tháng Tư lại đến rưng rưng lệ
Mất hết, chỉ còn nắm xương tàn

Bụng trống, trong tù nằm gát tay
Vì đâu chỉ có 50 ngày?
Mà triệu binh hùng bất khiển dụng
Sài Gòn thất thủ, Miền Nam bay

Bụng trống, trong tù vác nỗi hờn
Đi giữa rừng lồ ô héo hon
Cọp gầm voi rống thêm sầu não
Bao giờ ta trở lại Sài Gòn?

Hòn Ngọc Viễn Đông thanh lịch ơi!
Một ngày chết lịm nằm im hơi
Còn đâu những con đường ngập nắng?
Rợp bóng me tà áo mây trời

Về Miền Tây đẹp áo bà ba
Cò bay thẳng cánh ruộng bao la
Còn đâu mùa Hạ chôm chôm chín?
Cùng em hái trái đợi phà qua

Về Miền Trung đèo dốc chơi vơi
Núi ra tận vịnh, đảo mù khơi
Còn đâu những buổi chiều hò hẹn?
Cùng em đi biển ngắm mây trời

Ơi hõi bao nhiêu điều ước vọng!
Đã trở thành không chỉ một ngày
Một ngày, hai cánh tay bị trói
Qua cầu sinh tử nhìn mây bay

Lạnh ngắt thời gian lạnh trại tù
Từng ngày gặm nhấm sầu thiên thu
Từng đêm uống cạn ly oan nghiệt
Ếch lại kêu vang ngoài cõi hư

Tháng Tư đến giữa rừng biên giới
Thân tàn vất vưởng bóng ma trơi
Hồn gởi về đâu nơi cố lý?
Cùng bao kỷ niệm đã xa vời

30/4/2013

Khi Ta Phải Chia Ly

Tiếng trống loạn cuồng
Điệu đàn dìu dặt
Bước chân gọi mời
Làn môi mê hoặc

Mai cuộc đời còn chi?
Khi ta phải chia ly

Em ơi!
Làm sao tránh?
Ngục tù bao vây
Ngọn lửa cháy tương lai

Hãy nghe anh hát
Lời ru nước mắt
Thôi một lần!

Em ơi bức tranh
Đè lên màu sắc
Phải đâu nỗi sầu
Đêm thâu chồng chất
Lún sâu
Nghe từng
Tiếng lá rơi nào?
Rơi vào hư vô

Ngày mai xa trái đầu mùa
Em, quên cơn mưa
Ta, tình vụng dại

Giữa đời oan trái
Thịt xương rã rời
Bay. Kẽm gai đời
Thời gian rất vội

Ngọn nguồn sông bãi
Đâu nụ hồng?
Son môi ngây dại

Em hãy nhặt
Tình anh gởi lại
Và hãy quên
Một người mất tên

Một thời tuổi xuân
Xếp trong tủ đời
Nhện giăng bụi bám

Một thời để yêu
Chết trong lọ đời
Cành khô nước cạn

Một thời không được sống
Một thời không được yêu
Nhớ làm gì
Vầng trăng hư ảo!

Một thời lặng thinh
Trong cõi vô hình
Vạn hành tinh run rẩy

Mai cuộc đời còn chi?
Khi ta phải chia ly

1968

(Trích từ thi tập Thơ Vinh Hồ, 1999)
*Du Tử Lê có trích dẫn thơ của bài này.

CÕI VỀ ÂM U (*)

Năm mươi tượng đá buồn
Những đôi mắt ngủ mê
Về đâu bờ bến?
Tương lai mịt mờ

Ngày trước
Ta bước lên
Một nấc thang gãy đổ
Một khúc nhạc buồn

Cõi về âm u
Cõi về khói sương
Những linh hồn
Đui mù và ảo ảnh

Ta cành đông vời vợi
Ta biển sáng mù mưa
Con chim bay mất hút
Về đâu thăm thẳm mơ hồ?

Ta âm thầm nỗi chết
Ta chờ đợi ngày qua
Mười ngón tay củi mục
Giơ lên bầu trời xa

Lời ai vừa hát?
Linh hồn rách nát
Trái tim đói khát
Tình vẫn tha ma

Đời như cây sầu đông
Trơ phận người khô héo
Tình như chim lìa rừng
Còn vang lời ảo não

Người như thuyền xa sông
Còn để hồn gió bão
Ta như mây phiêu bồng
Nghìn năm còn ngó lại.

1968

(*) Bài thơ này được đăng trên báo VĂN 1968, đã được nhạc sĩ Vĩnh Điện phổ nhạc với tựa đề Cõi Về

CÕI VỀ:

Thơ: Vinh Hồ

Nhạc: Vĩnh Điện

Ca sĩ: Vũ Bảo (Quán quân Ngôi sao tiếng hát truyền hình TPHCM 2006)

Hoà âm: Bình Nguyên

PPS: Vũ Bảo

https://www.youtube.com/watch?v=KHL-fp5SGXo

http://vinhdien.net/...

Tôi Lại Nhặt Những Sắc Màu Kỷ Niệm (*)

Dòng nước trôi đi bao giờ trở lại?
Tôi ngồi đây nhặt từng kỷ niệm rời
Ngoài công viên những chiếc lá vừa rơi
Ôm thương nhớ nhuộm tím màu xanh thắm

Một đời lá chỉ hai mùa rất ngắn
Nẩy lộc mùa Xuân, rụng cuống mùa Thu
Trước vòng thời gian vô tận mịt mù
Lá vẫn hiện hữu xanh vàng diễm tuyệt!

Như đời người được bao ngày tha thiết?
Được bao yêu thương kỷ niệm êm đềm
Tiếng tắc kè tắc lưỡi nữa, trong đêm
Nghe xao xuyến tới vô cùng vô tận

Hãy xiết tay nhau trên từng lận đận
Hãy đến với nhau vang mãi nụ cười
Chiều thủy tinh phe phẩy lá vàng rơi
Tôi lại nhặt những sắc màu kỷ niệm

Ngày 4/5/2012

(*) *Bài thơ này đã được nhạc sĩ Cung Đàn phổ nhạc với tựa đề Sắc Màu Kỷ Niệm.*

Sắc Màu Kỷ Niệm :

Nhạc Cung Đàn.

Thơ Vinh Hồ.

Ca sĩ Tâm Thư:

https://www.youtube.com/watch?v=v7eKIl-z_1A

LỜI THẦM CẦU TRONG TRẠI
(Gởi ông Đạo Khiết)

Từ ngày ông trốn trại
về nương náu Sài Gòn
không bạc tiền, hộ khẩu
sống lén lút cô đơn
giữa quê hương yêu dấu

Từ ngày ông trốn trại
nỗi sầu thương ái ngại
đến vây chặt giấc mơ
súng liên thanh chát chúa
tiếng người chạy búa xua…

Quân chó săn lùng đuổi
cấu xé xác thân người
nắm xương tàn gục ngã
máu đổ trên đường về
đỏ thẫm rừng quê mẹ

Khi tỉnh giấc ác mơ
mồ hôi tôi lạnh toát
thần trí bỗng thẫn thờ
tôi thầm cầu Phật, Chúa
cứu giúp người sa cơ

Từ ngày ông trốn trại
nhà tù thêm công an
trại tù thêm bốt gác
hồn tôi như bóng đêm
treo trên cây thập ác

Đêm nay muỗi thèm thịt
lồ ô muốn cắt xương
con tắc kè gọi ngặt...
tôi lại nhớ đến ông
nửa đêm ngồi Thiền trược

Năm năm trôi mỏi mòn
tôi như xác không hồn
trên nấm mồ nhân bản
ông như nắm xương tàn
trên vũng lầy nhân phẩm

Ông còn người vợ trẻ
không nuôi nổi hai con
tôi còn cha còn mẹ
như người chết chưa chôn
giữa đám buồn nhân thế

Năm năm trời cay đắng
ông bảo tôi ráng sống
tôi khuyên ông gắng chờ
miếng cơm cháy bẻ nửa
tháng năm dài xé đôi

Ông từ chối lao động
tôi phủ nhận phá rừng
Vua lười, vua khai bệnh
người nhặt củi dưới bến
kẻ quét lá bên sông

Chuyển trại về Xuyên Mộc
xe xuyên qua rừng già
trại hàng hàng bất động
cửa đóng như nhà ma
bóng đêm hòm xác chết

Trong trại tù vô đạo
một ngày như mọi ngày
giữa khu rừng đày ải
một ngày khác mọi ngày
khi tù nhân trốn trại

Từ ngày ông trốn trại
về nương náu Sài Gòn
Sài Gòn giờ đổi tên
Sài Gòn giờ xa lạ
trong nỗi buồn mông mênh

Từ ngày ông trốn trại
về nương náu Sài Gòn
Sài Gòn giờ nước mắt
Sài Gòn giờ bóng ma
trong ngục tù bao la

Ông đem nắm xương tàn
đổi hai chữ Tự Do
nhưng đời còn bể khổ
ra khỏi nhà tù nhỏ
là vào nhà tù to

Những đêm dài thao thức
lòng chất đầy u uất
đốt nghìn ngọn ưu phiền
thầm cầu ông sáng suốt
sớm tìm đường vượt biên

Đêm nay lòng âu lo
tôi cầu Trời khẩn Phật
thu sóng cả gió to
cho thuyền nhân vượt thoát
đến bến bờ Tự Do

Trại cải tạo Xuyên Mộc, 1980

(Trích từ thi tập Bên Này Biển Muộn của Vinh Hồ, 2005)

TUỔI THƠ TÔI
CHẲNG CÓ MÙA XUÂN

Khi tôi sinh ra
Không có ngôi sao nào xuất hiện
Bầu trời tối đen màn đêm thắt nghẹn
Trên chõng tre già
Không bà mụ cắt nhau
Cha tôi đã bị bắt dẫn đi rồi
Còn trơ trọi đôi trâu cày ngơ ngác
Chị sáu tuổi nhưng tâm hồn nạm bạc
Biết thay cha lo lắng đỡ đần
Chợt gạo, thổi cơm, giặt giũ, bỏ than...
Ôi tình chị biển sóng tràn dào dạt!

Khi tôi sinh ra
Quê hương nghèo xơ xác
Bữa cơm xen từng củ sắn củ môn
Quân giặc về lập bót xây đồn
Mấy chục nóc tranh buồn héo hắt
Dòng sông Lốt cũng khô cần sỏi cát
Cánh đồng Ba nằm chết ở bên thôn
Rừng núi thâm u tím thẫm màu hờn

Khi tôi sinh ra
Mẹ tôi gầy yếu quá!
Chín tháng cưu mang từng ngày vất vả
Chín tháng cưu mang chạy giặc bao lần?
Bom nổ trên đầu, đạn bắn dưới chân
Nhà cháy ngụt trời lo âu sợ hãi
Đời Mẹ là thân cò còm cõi
Tối ngày cong lưng chúi mũi xuống đồng sâu
Lúc ăn, lúc vui, Mẹ chọn chỗ khuất, sau
Cái mặc, cái đẹp, Mẹ giữ màu nâu, tối
Đời khó khổ vợ chồng chung chiếc áo
Bữa cháo rau mẫu tử sống qua ngày
Tình Mẹ mênh mông nội cỏ ngàn cây
Ôi vi diệu ánh trăng Thu huyền ảo!

Khi tôi sinh ra
Đời sao áo não!
Tôi sống nhờ bằng bú thép bú tay
Trông gầy nhom như trẻ thiếu tháng non ngày
Như con mèo ốm những ngày sơ tán
Tôi đã khóc suốt ngày suốt tháng
Những tiếng buồn ai oán tuổi thơ tôi

Khi tôi sinh ra
Quê hương mờ khói lửa
Ngày Tây ruồng, đêm Việt Minh về gõ cửa
Có những người bị đánh bằng gỗ ba phân vuông
Có những người bị hiếp không chút xót thương
Có những cái chết miệng còn nhay vú mẹ
Có những cái chết tay còn cầm bó mạ
Có những cái chết không nhắm mắt bao giờ
Thù hận ngút cao… chẳng bến chẳng bờ

Khi tôi sinh ra
Khói lửa mịt mờ…
Thân phận con người như cỏ rác
Con thú đau thương biết cất lên lời gào tiếng thét
Người quê tôi lặng lẽ âm thầm
Không có tiếng vọng nào bay ra khỏi lũy tre xanh
Đất nước tôi mờ mịt chiến tranh…

Khi tôi sinh ra
Cốt nhục tương tàn
Nồi da xáo thịt
Ảm đạm bao trùm khắp làng khắp nước
Thân phận con người thống khổ trầm luân
Tuổi thơ tôi chẳng có mùa xuân

1998

(Trích từ thi tập Thơ Vinh Hồ, 1999)
*Du Tử Lê có trích dẫn thơ của bài này.

ÔNG ĐẠO KHIẾT (*)

(Gửi anh Vũ Văn Khiết)

1.
Ông Đạo Khiết
Biết đâu những dòng này lại chẳng đến tay ông
Ở đâu đó nơi tận cùng trái đất?
Ôi mười tám năm!
Bặt vô âm tín
Những ngày vào Sài Gòn phỏng vấn
Tôi có đến chợ Xóm Chiếu tìm
Những ngày sang Mỹ tạm cư
Tôi có đến các điểm hội họp của đồng hương tìm
Nhưng nào có thấy
Ông đã đi đâu, về đâu?

2.

Ông còn nhớ?

Đêm nào nơi quán nước đường Mai Văn Ngọc

Ly cà phê gọi không kịp uống

Chuyện đời tù nói chưa được nhiều

Ông lại vội vã chia tay

Quê tôi miền Trung nghèo khó

Núi đồi ăn lan tận biển

Đất đai cằn khô không nuôi nổi người

Nhưng tôi phải về

Vì Giấy Ra Trại của tôi đề:

Quản chế sáu tháng tại địa phương

Còn ông, quê Sài Gòn
Bên kia cầu Khánh Hội
Nơi vợ ông buôn thúng bán bưng
Không nuôi nổi ba đứa con nhỏ
Nơi những căn nhà ổ chuột tối tăm
Nơi những con hẻm rác rưởi tồi tàn
Ông phải sống đói khát, cực khổ, lo sợ
Còn hơn hồi ở trại tập trung
Ông phải trốn chui, trốn nhủi như giun dế
Và hoài nghi tất cả mọi người
Nhưng ông phải về
Vì không có hộ tịch hộ khẩu

Ông Đạo Khiết
Sài Gòn, Hòn Ngọc Viễn Đông
Nhưng đêm sao mà buồn!
Quán nghèo phải thắp thêm bóng đèn hột vịt
Con đường dài không đủ ánh sáng cho khách bộ hành
Bóng đêm di động trên đường rầy xe lửa
Như có ai theo dõi, rình mò
Thành phố chết vào lúc mười giờ
Thành phố đổi tên
Tôi tiễn ông
Như tiễn một bóng ma
Về nơi không có thật

3.
Ông Đạo Khiết

Tôi quen ông

Ở trại Bù Gia Phúc

Hai bạn tù, một cảnh khốn cùng

Dù không phải là linh mục, đại đức

Ông cũng trường trai khổ hạnh

Đời sống kham khổ của muôn đời sống kham khổ

Những món ngon: cá khô, nước mắm hai lần mỗi tuần

Những món quý: thịt lợn, khoai mỡ các ngày lễ lớn

Ông đều trút hết cho tôi

Những năm về sau, ông càng khốn đốn

Vì nguồn tiếp tế ở ngoài cạn dần

Nhưng ông vẫn giữ một mực như cũ

Tôi không nghĩ rằng ông muốn bắt chước

Anh hùng Nguyễn Tri Phương

Trại Bù Gia Phúc, Phước Long

Bộ đội quản lý

Ông nổi tiếng Vua Chai Lười

Còn tôi, Vua Khai Bệnh

Chúng ta gặp nhau

Trong các buổi kiểm điểm, tự kiểm điểm

Trong các lời đe dọa, xỉ vả, kể cả chĩa súng vào người

Chúng ta đã bị tước đoạt vũ khí

Chúng ta đã bị tước đoạt quyền sống/nhân phẩm

Chúng ta chỉ còn một thứ vũ khí duy nhất đó

Để giữ lấy lương tâm

Ông nói như vậy

4.

Ông Đạo Khiết

Tôi con nhà nông

Đủ cha, đủ mẹ, đủ anh, đủ em

Nhưng cơm không đủ ăn, áo không đủ mặc

Học hành dang dở

Vào lính rồi vào tù

Còn ông dân thành phố

Còn cha, còn mẹ cũng như không còn

Cha mẹ đã ly dị khi ông còn thơ bé

Ngày đi học nghề

Tối về học chữ

Đời ông lăn lộn nhiêu khê, lang bạt kỳ hồ

Có khi là thợ máy, thợ may, thợ điện, thợ điện lạnh, thợ hớt tóc

Có khi là tay đàn cổ nhạc cho một gánh hát cải lương

Có khi là cây ghi ta cho một vũ trường

Có khi là trung đội trưởng tác chiến

Có khi là giảng viên trường Sinh ngữ Quân đội

Nhưng rồi

Kết cuộc cũng chẳng ra chi

5.

Ông Đạo Khiết

Ông còn nhớ

Cái đêm Giao Thừa năm 1977

(Ông và Tuấn đột kích nhà thăm nuôi đưa vợ vào trại)

Chiếc bàn lồ ô, hai chiếc ghế lồ ô

Sáu người ngồi, bốn nam, hai nữ

Đêm không đèn, không đuốc, đêm như mực

Trời muôn vạn vì sao

Những đôi mắt càng thêm huyền ảo

Những mái tóc càng thêm buông dài

Mùi hương dịu dàng, quyến rũ, lan tỏa...

Tím thời gian!

Ông đàn, vợ Tuấn hát

Tiếng đàn sao mà áo não!

Giọng hát sao mà thê lương!

Bản nhạc "Không bao giờ quên anh" sao mà cảm động!

Nhưng rồi nàng đã quên

Tuấn, người hùng Nhảy Dù một thuở

Trở nên... tuyệt vọng

Sau này Tuấn giựt súng đánh cán bộ quản giáo

Vì hắn chửi đ. mẹ tù

Tuấn bị kỷ luật, nhốt hầm sâu

Thân tàn ma dại

Không ai rõ Tuấn còn sống, hay Tuấn đã chết

Đời có phải là bọt bèo?

Hợp để rồi tan

Và tan để rồi vĩnh viễn không còn nhìn thấy nhau

6.

Ông Đạo Khiết

Những ngày cuối, trại Bù Gia Phúc càng buồn

Tuần nào cũng có tù trốn trại

Đi tập thể ba người, năm người, có khi mười người

Vượt qua biên giới, băng qua đất Miên, vào Thái rồi sang Mỹ

Người đi thì nhiều, mà người bị bắt cũng lắm

Ông còn nhớ?

Cái đêm ba mươi Tết năm 1978

Thằng Long bị bắt khi chưa qua con suối

Long Biệt Động Quân vang bóng một thời

Cả buồng thức giấc

Nín thở

Tiếng người chạy

Tiếng chửi thề

Tiếng đánh, đá, đạp, thoi

Tiếng bá súng

Tiếng rên, la, rú, thét...

Tiếng im lặng

Bên tai tôi

Tiếng ông nức nở buốt linh hồn:

Trời ơi!

Đánh như thế làm sao sống nổi?

7.

Ông Đạo Khiết

Tôi và ông chưa kịp thực hiện kế hoạch trốn trại, thì chuyển trại

Ngày chuyển trại sao mà buồn!

Phước Long ơi!

Tỉnh biên giới phía Tây của Tổ quốc gần kề

Mà sao đèo heo hút gió!

Con đường ngày không một bóng xe qua

Ôi làm sao quên!

Những rẫy Thượng mọc đầy mướp đắng, mướp ngọt

Những rừng lồ ô, giang, nứa, lú nhú măng non

Những sóc Thượng có nhiều người Thượng tốt bụng

Tất cả, tất cả

Rất âm thầm

Đã âm thầm góp phần nuôi nấng đời tù đói khát

Ngày chuyển trại sao mà buồn!

Còi tập họp buổi sáng

Mười lăm phút chuẩn bị

Lên xe!

Đoàn xe ba lua phủ bịt bùng

Xếp hàng dài không đếm xiết

Nằm sâu trong cụm rừng cao su

Đoàn xe băng qua nhiều làng mạc/thị trấn/thành phố

Dân chúng tụ tập, tất tả, vội vàng

Không ai bận tâm đứng nhìn, chú ý

Không ai bận tâm suy nghĩ, thắc mắc

Đoàn xe!

Chở người hay súc vật?

Không bao giờ có điểm bắt đầu/chấm dứt

Bên cạnh/trước mặt cuộc đời

Còn có mặt lưng/mặt khác/mặt song hành của cuộc đời đó

Cũng rất huyền hoặc, dời đổi, phi lý và vô định

8.

Ông Đạo Khiết

Cánh cửa địa ngục tầng thứ hai mở ra vào lúc

Nửa đêm tháng nào?

Rừng, cũng là rừng

Rừng Xuyên Mộc không trăng sao

Âm u cây rừng, hàng hàng đại thụ vươn cao

Ánh đèn xe không chiếu thủng màn đêm

Cánh cửa sắt cao lớn hiện ra

Hai vòng rào kẽm gai và mộ hào sâu đen ngòm hiện ra

Cổng trại kiên cố, đồ sộ, xây bằng xi măng cốt sắt

Tấm biển màu đỏ to lớn, như máu

Hiện ra nặng nề khó thở

Đoàn xe dừng lại, tắt máy

Bỗng nhiên rơi vào thinh lặng, hụt hẫng hoàn toàn

Ánh đèn điện chiếu sâu, vào bên trong

Rộng mênh mông...

Hàng hàng dãy nhà âm u, lạnh lẽo

Cửa đóng im ỉm như nhà xác nào của quá khứ

Ánh đèn điện chiếu cao, vào bên dưới

Dài hun hút

Dãy dãy hành lang bất động

Quãng tối, quãng sáng

Một người, hai người, ba người

Và nhiều người công an đứng im lặng, tay cầm súng

Mắt lạnh lùng

Lòng đầy thù hận

Đoàn tù như đám cừu non sắp hàng

Lặng lẽ bước vào bóng tối

Chìa khóa tra vào ổ khóa lên tiếng báo hiệu:

Địa ngục tầng thứ hai bắt đầu!

9.
Ông Đạo Khiết
Buổi sáng

Mặt trời trễ nải lên khỏi rặng cây dầu phía Đông
Nắng đã gay gắt, mồ hôi nhễ nhại
Đoàn tù lùa ra sân rộng, gọi tên từng người một
Xếp tổ, xếp đội, xếp buồng
Tôi tách khỏi ông, đi về phía Tây
Tổ nhà bếp, buồng hình sự
Tù hình sự mặc áo trắng như áo tang
Đa số tuổi thiếu niên mặt non choẹt
Gầy gò, ghẻ chóc, đói khát, nghiện ngập
Quanh năm không một đứa thăm nuôi
Không còn ai nhớ đến chúng?
Như thể là chúng không hiện hữu trên đời
Có đứa khóc ngon khóc ngọt trong buổi tối nhớ mẹ
Có những đứa quấn quýt, quây quần bên tôi
Như thể tình cha con ruột thịt
Và hay hỏi những câu rất khó trả lời
Thí dụ khi chết người ta đi đâu?
Trời Phật có phép thần thông, sao không xuống cứu người ra khỏi cơn khổ nạn?

Chúng thiếu tình thương nhưng lại đa cảm
Chúng thiếu giáo dục nhưng lại bộc trực
Chúng bị khinh rẻ nhưng không cúi luồn

Chúng thù đời nhưng không làm ăng-ten

Chúng dốt nát nhưng ân oán sòng phẳng

Chúng trẻ tuổi nhưng hay trúng gió, sổ mũi

Đêm nào cũng như đêm nào

Bất kể giờ, giấc, nóng, lạnh

Chúng đều kêu tôi xức dầu, cắt lể, cạo gió, bắt phong

Tôi có thể là mẹ hiền trong giấc mơ của chúng

Ngày tôi ra trại chúng khóc như thể tôi lìa đời

10.
Ông Đạo Khiết

Mỗi tuần chỉ còn gặp ông một vài lần

Có khi không

Vào giờ lãnh cơm chiều

Ông đen, da bọc xương ái ngại

Ông cho tôi biết ông sẽ trốn trại

Ông cần tôi gô cơm để phục hồi sức khỏe

Thế là mỗi chiều tôi lén mang đến cho ông

Một gô cơm trắng, có khi cơm cháy

Đêm cuối cùng ông giao cho tôi bộ đồ xi vin

Ông bảo hãy giữ để làm kỷ niệm

Đêm dài hơn mọi đêm

Ngày mai sự nguy hiểm sẽ chờ đợi ông

Ngày mai sức lực và ý chí của ông có vượt qua không?

Tôi thầm nguyện Đức Quán Thế Âm Bồ Tát

Tôi van vái Trời Phật Thánh Hiền

Bốn năm qua ông tinh tấn hằng đêm

Trì chí nguyện cầu và Thiền định

Ông sống bằng niềm tin tôn giáo

Niềm tin tôn giáo giữ nhân loại hòa bình

Và cứu người ra khỏi bóng đen tội lỗi

Một ngày nhân loại hiểu

Tàn bạo tích tắc hóa hư không

Ông khẳng định như vậy.

Buổi sáng cũng dài như đêm

Ánh nắng nhảy múa trên hàng rào dây kẽm

Lòng tôi cơm nhão, đứt rời, tứa máu

Xoong chảo rơi rớt khỏi tay

Khi súng bắn báo động, súng nổ liên thanh

Khi quần đùi, áo thun xách AK chạy thùm thụp, túa lửa

Khi xế chiều trở lại báo tin:

Tên tù trốn trại đã bị bắn chết trong rừng cao su
Long Khánh

Tôi cứ loay hoay, hoang mang, tự hỏi:

Chẳng lẽ có thật như thế sao?

11.

Ông Đạo Khiết

Tôi muốn dừng ở đây, coi như hết chuyện

Vì sổ đoạn trường đã xóa tên ông rồi

Vì địa ngục đã vắng bóng ông rồi

Nhưng tôi muốn thêm một phụ lục:

Chuyện Người Tù và tên cán bộ quản giáo

Câu chuyện được truyền khẩu

Từ khu C đến khu A, khu B

Người tù đó chính là ông

Buổi chiều nắng nhiệt đới còn gắt, nóng...

Đỏ rực trên những lá cờ nông trường

Càng thêm nhức đầu, chóng mặt

Màu đất đen xám nâu hồng trộn lẫn

Màu khói lửa nghi ngút mệt mỏi

Màu vỏ cây, thân cây nằm ngổn ngang cháy nám

Màu gốc rễ cây bị đào bới, đánh bật lên, khô cứng

Màu áo quần rách rưới dơ bẩn của tù nhân
Màu da thịt đen tái như da thịt trâu
Bức tranh hỗn tạp về đường nét
Thất bại về bố cục
Nhưng lại là bức tranh chân thật

- Anh đưa con dao cho tôi!

- ?

- Anh chặt như thế này... Một cái rễ con mà anh cù nhầy cả tiếng đồng hồ chưa dứt. Anh hãy xem lại sự học tập của anh. Anh học tập bao lâu rồi?

- Thưa cán bộ, gần năm năm.

- Tại sao gần năm năm mà không chịu tiến bộ? Anh phải phấn đấu cải tạo tốt để mong có ngày về. Anh phải gột rửa cái bản chất thối tha, phản động và chai lười của anh. Anh có biết là anh thuộc diện bệnh tư tưởng khó giáo dục hay không?

- ?!?

- Anh có hiểu tôi nói không?

- Tôi hiểu, nhưng không phải thế.

- Anh đừng có bướng bỉnh. Anh không bao giờ đạt năng suất của trại đề ra. Anh lao động à ới theo kiểu dựa quải ăn rơm, được chăng hay chớ. Anh có rõ không?

- Ngày mới vào trại tôi làm việc cũng mạnh bạo như cán bộ bây giờ vậy. Nhưng giờ đây tôi không thể làm được.

- ?!?

- Tại vì tôi đã kiệt sức. Cán bộ hãy nhìn xem, đây là tay tôi, chân tôi, chúng không còn mang hình dạng tay chân của con người nữa. Chúng muốn tê liệt, muốn chết.

- ?!?

- Cán bộ nghĩ xem, năm năm qua cán bộ cho tôi ăn gì, mặc gì? Thậm chí khi bệnh đau, cán bộ cho tôi uống gì? Có phải là nhờ tương chao gạo muối của vợ tôi gởi vào không? Có phải là nhờ thuốc men đường sữa của mẹ tôi gởi vào không?

- Anh đừng láo khoét như thế. Nếu không nhờ chính sách khoan hồng nhân đạo của Đảng, anh đã chết mục xác từ khuya rồi. Anh phải tin tưởng tuyệt đối vào chủ trương đường lối đúng đắn của Đảng và Nhà Nước, anh hiểu không?

- !

- Anh nên nhớ là tôi có quyền cắt thăm nuôi của anh, anh liệu hồn đấy!

- Tùy cán bộ. Hiện tại thì tôi không cần. Nếu cán bộ có cho thăm, cũng chẳng ai đến thăm tôi.

- Anh nói sao?

- Vì mẹ tôi đã chết, con tôi còn nhỏ, vợ tôi không tiền, anh em tôi thì ly tán.

- Được, anh cứ tha hồ tự do ngôn luận. Tôi sẽ đề nghị Trại cho anh học tập đến râu dài tận gối, xem anh có tiếp thu không?

- Xin lỗi cán bộ! Cán bộ chẳng qua chỉ là một người cai tù. Quyền thả hay nhốt chúng tôi không phải ở cán bộ kể cả ông Thiếu tá Trại trưởng trại này. Quyền đó nằm ở Cục Nhà Giam Sài Gòn, Bộ Nội vụ Hà Nội, và Bộ Chính trị Trung ương đảng.

Người cán bộ quản giáo giận tái mặt, đứng bật dậy, kéo cơ bẩm, quay súng về phía người tù, giọng nói run run:

- Đừng... có... bố láo... với ông... Ông bắn nát đầu!

Người tù cũng đứng bật dậy, thò tay cởi nút áo, ưỡn ngực, nói giọng khô giòn quả quyết:

- Cán bộ cứ bắn đi. Tôi không sợ chết đâu!

Trong một phút quá căng thẳng, người quản giáo từ từ lấy lại bình tĩnh, tỏ ra ôn hòa, dịu giọng:

- Tôi xem hình như anh đang có tâm sự buồn. Tôi có thể giúp đỡ anh, anh đừng quá nông nổi như thế, không tốt cho việc học tập của anh đâu!

- Tôi chẳng có tâm sự gì ngoài một vấn đề hết sức

đơn giản, là tôi đã kiệt sức. Tôi không thể làm cái công việc như đánh gốc cây, phá núi phá rừng này được.

- Tôi sẽ cho anh vào tổ vệ sinh: đổ rác, dọn nhà cầu, làm việc nhẹ bên trong doanh trại. Anh đồng ý chứ?

- Không. Tôi không muốn vì tôi mà bạn tôi phải ra khỏi đó, trong khi anh ta cũng chẳng mạnh khỏe gì hơn tôi.

- Vậy thì tôi chịu thua anh thôi.

- Thế này... Cũng ra rừng lao động, nhưng thay vì cầm dao, tôi muốn cầm chổi và hộp quẹt. Tôi sẽ quét lá gom lại và đốt.

- Tôi đồng ý.

Từ đó rừng xanh nghe tiếng hát:
 Đố ai quét sạch lá rừng
Để tôi khuyên gió, gió đừng rung cây" (*)
Và trời xanh nhận được nỗi sầu của khói.

12.
Ông Đạo Khiết
Thời gian trôi qua lâu rồi
Thế giới đổi thay
Vạn vật đổi thay

Chỉ có chiếc cầu còn đứng lại bên dòng đời
Đó là hồn tôi, tim tôi, trí óc tôi
Đã từng bị đánh đấm, tra tấn, hạch hỏi
Bầm giập, mưng mủ, lở lói
Suốt mười tám năm trời
Vết thương vẫn còn tấy đỏ hằn sâu
Hễ có dịp là nhỏ máu, rên rỉ
Đau nhức, quằn quại
Nỗi buồn còn nguyên vẹn như xưa
Nơi những gì đã hiện hữu, trần truồng
Phi lý và ghê tởm
Có ông, có tôi, có bạn bè già trẻ lớn bé
Trong cả hai tầng địa ngục
Những giấc mơ kinh hãi
Những giấc mơ dịu dàng
Tôi lại gặp ông
Gặp lại Tuấn
Gặp lại Long
Có cả vợ Tuấn, bà Thanh Thủy, vợ ông
Tôi lại nghĩ mông lung, xa vời, huyễn hoặc
Ngoài hai tầng địa ngục thênh thang kia
Còn có những tầng nào?
Còn có những tầng nào?

Mà tôi chưa hề biết
Ông chưa hề biết
Riêng Tuấn và Long
Có biết hay không?

Orlando, ngày 11/10/1998

(*) *"Đố ai quét sạch lá rừng*
 Để tôi khuyên gió, gió đừng rung cây": Ca dao

(*) *Bài thơ này đã được Nhà thơ Tiến sĩ THOẠI LIÊN dịch ra Anh ngữ với tựa đề: "Mr. Celebrant Khiet" đăng trong thi tập Bên Này Biển Muộn, 2005, của Vinh Hồ.*

III. NHỮNG NGÀY THÁNG ĐAU THƯƠNG

- Có 16 bài thơ (Đường luật: 8 + Thơ mới: 8)

Niềm Đau Tháng Tư

Chồng chất những niềm đau tháng Tư
Vẫn còn nguyên vẹn trong tim người
Hằng hà sa số dân di tản
Lớp lớp hàng hàng cảnh nổi trôi
Cha lạc con kêu gào thảm thiết
Vợ tìm chồng thất thểu bồi hồi
Sài Gòn chết lịm sầu thiên cổ
Cửa nát nhà tan hận ngút trời

15/3/2019

MẶT TRỜI ĐEN

Ba mươi năm khói lửa loang mờ
Cửa nát nhà tan lệ đá khô
Sống sót trăng tàn lê cuối phố
Đau thương nắng xế nghẹn bên mồ
Đêm thu ảnh mẹ nhoà sương khói
Tháng hạ hồn cha quyện cõi bờ
Cờ rủ mặt trời đen tiếng quạ
Kèn đồng ai thổi suốt hoang sơ

(Trích từ thi tập Bên Này Biển Muộn của Vinh Hồ, 2005)

HIU HẮT TÌNH QUÊ

Chỉ nhớ thương thôi đủ xế đời
Chim về biển bắc núi mù khơi
Trập trùng sóng vỗ niềm cô tịch
U uất canh tàn lá rụng rơi
Từ độ xa quê cha tựa cửa
Bao đêm chợp mộng mẹ không lời
Tổ đường mồ mả người xâm lấn
Hiu hắt tình quê trăng dõi soi

(Trích từ thi tập Bên Này Biển Muộn của Vinh Hồ, 2005)

ĐÊM RỪNG

Khuya lắm cũng không biết mấy giờ?
Sạp tre, chòi rạ, ngọn lu lơ
Một người chẳng ngủ hay tằng hắng
Mấy tốp đi săn cứ hụi hờ
Bên cửa muỗi bầy kêu óng óng
Ngoài sân chuột lũ chạy ngờ ngờ
Ễnh ương, ếch nhái trăm trăm tiếng
Náo động màn đêm, bể mái thơ

(Trích từ thi tập Thơ Vinh Hồ, 1999)
*Du Tử Lê có trích dẫn thơ của bài này.

Ba Mươi Năm Cuộc Chiến

Chinh chiến triền miên ba chục năm
Ngày về không gặp một người thân
Bụng mang gồng gánh dòng di tản
Trẻ dại đành cam phận nhọc nhằn
Sách vở đọa vào vùng tử địa
Súng gươm đày đến ngục dương trần
Hỏi bao ngôi mộ không người nhận?
Và những thương binh chẳng kẻ thăm?

(Trích từ thi tập Thơ Vinh Hồ, 1999)
*Du Tử Lê có trích dẫn thơ của bài này.

Qua Bến Cây Sung

Qua bến cây Sung tắt nắng rồi
Mặt trời thổ huyết chết trên đồi
Đường rừng sụp sử trăng non đợi
Bóng núi nặng nề sương muối rơi...
Cót két xe trành không bỏ chủ
Te tua nón cũ vẫn thương người
Nẻo về heo hút đời hoang lạnh
Chợt ánh sao băng xẹt cuối trời

(Trích từ thi tập Thơ Vinh Hồ, 1999)
*Trần Hoài Thư có trích dẫn thơ của bài này.

NGÔI MỘ THUYỀN NHÂN (*)

Nỗi buồn xanh thẳm đại dương. Đêm!
Thế kỷ hai mươi đứng muộn phiền
Ngôi mộ Thuyền Nhân bày giữa biển
Tượng đài Tử Sĩ hiện đầu ghềnh
Tự do ngàn vạn oan hồn khóc
Quyền sống hằng hà dấu cát in
Thủy quái, yêu ma rình rập bủa
Tiếng gào lịm tắt giữa cuồng điên

Nhạc sĩ LMST đã phổ nhạc năm 2003

TRÔNG VỀ QUÊ CHA (*)

Cả đời chôn chặt với dòng sông
Yêu mến con trâu quý ruộng đồng
Bờ cỏ sáng ra trào nước mắt
Hàng sanh chiều xuống rũ tơ lòng
Cần cù vất vả đôi tay trắng
Ngay thật hiền lương một chữ không
Nghìn dặm xa trông về chốn cũ
Hồn quê lả tả lá thu phong

(*) Bài này đã được nhạc sĩ LMST phổ nhạc năm 2003
Trông Về Quê Cha
Thơ Vinh Hồ
Nhạc LMST 2003
Hòa âm Vũ Thế Dũng
Trình bày ca sĩ Quốc An
PPS hình ảnh: Huyền Ái:
https://www.youtube.com/watch?v=R23IdqwYKmc

NHỮNG NGÀY THÁNG ĐAU THƯƠNG

(53 khổ = 212 câu)

1.

Tháng Ba nghiệt ngã, tháng Tư buồn
Quá khủng khiếp, bàng hoàng, đau thương!
Bốn thập kỷ vẫn chưa quên được
Những hãi hùng sông máu, núi xương

2.

Ba sư đoàn chính quy Bắc Việt
Tiền pháo, hậu xung, đánh ác liệt
Trưa 11, Ban Mê tiêu tan
Mở màn cuộc cốt nhục tương tàn

3.

Ngày 16, triệt thoái cao nguyên
Gây sửng sốt, bàng hoàng, ngạc nhiên
Ba ngày sau rơi vào địa ngục
Trăm ngàn thảm cảnh, vạn oan khiên

4.

Hồ Tơ Nưng và hồ Ya Ly
Đôi mắt đượm buồn, lệ hoen mi
Rừng núi oán hờn, cây chết lặng
Phận người như những cánh chim di

5.

Tỉnh lộ 7, con đường địa ngục
Trang sử bi thương đã diễn ra
Dòng xe tắc nghẽn trước đạn pháo
Vợ lạc chồng, con cái lạc cha

6.

Cheo Reo từ đó đứng cheo leo
U buồn bên vách đá đèo heo
Hắt hiu ngàn vạn hồn oan khuất
Theo gió về lạnh buốt lưng đèo

7.

19 tháng Ba, ngày đau thương
Cổ Thành bỏ ngỏ, lệ sầu vương
"Đại lộ kinh hoàng" càng khủng khiếp
Hải Lăng, Mai Lĩnh thêm thê lương

8.

Hơn sáu chục ngàn rời quê nhà
Lên nhiều thuyền lớn gần Sơn Trà
Nạn chen lấn gây bao thảm cảnh
Bút mực nào tả hết xót xa?

9.

Gồng gánh con thơ từ tuyến đầu
Gánh về đâu trên những lối sầu?
Gánh qua Thiên Mụ, Huế, Đà Nẵng
Mẹ còn gánh mãi đến ngàn sau?

10.

Chỉ 3 tuần lễ mất 8 tỉnh
Cùng 1 triệu người không cửa nhà
Cảng Đà Nẵng biến thành địa ngục
Trong những ngày buồn cuối tháng Ba

11.

Chiều 29 tháng Ba, ngỡ ngàng
Đà Nẵng thất thủ trong bàng hoàng
Người di tản hoang mang tột độ
Gồng gánh ra đi… suối lệ tràn…

12.

Sau những ngày giao tranh nẩy lửa
Trưa 24 tháng Ba, buồn thiu
Người Tam Kỳ bỏ đi quá nửa
Về đâu trên những bến tiêu điều?

13.

Đầu tháng Tư, dân chúng lo âu
Khánh Dương mất, Phú Yên thương đau
Ninh Hoà bỏ ngỏ, người di tản
Đèo Cạnh đìu hiu, Dục Mỹ sầu

14.

Nha Trang cùng số phận não nùng
Hàng thuỳ dương đung đưa trước gió
Như một lời chia tay cuối cùng
Phố buồn, khung cửa cũng rưng rưng

15.

Cam Ranh đạn pháo nổ bên cầu
Khu gia binh nào vừa trúng đạn?
Em ngã xuống, trời sầu, đất thảm
Ôi người em gái lỡ duyên đầu!

16.

Phụ nữ Mỹ âm thầm cưu mang
Hai trăm trẻ cô nhi Việt Nam
Ngày 5 tháng Tư, rời quê Mẹ
Còn trong tim những tấm lòng vàng

17.

Ngày 16, Phan Rang thất thủ
Chiến tranh lan đến xóm nghèo xơ
Người mẹ bồng con thơ di tản
Nghĩa quân còn chống giữ từng giờ

18.

Từ Bảo Lộc hướng về Dầu Tiếng
Con đường tráng nhựa cũng ai bi
Đàn bà, con nít đông như kiến
Chẳng biết về đâu? Nhưng vẫn đi

19.

Từ Lâm Đồng chạy về Dầu Dây
Mặt trận Miền Đông chợt yên tĩnh
Em bồng con đến bên người lính
Rừng xa trầm mặc trong sương mù

20.

Pháo nổ, đạn rơi rền trước mặt
Nhà tan, cửa nát cháy sau lưng
Bé vẫn bước đi bên cạnh mẹ
Tuổi thơ ngây sớm trải gian truân

21.

Xuân Lộc buồn thiu như tha ma
Cửa nát, nhà tan, vắng tiếng gà
T54 cháy nằm cuối phố
Sau những ngày xáo thịt nồi da

22.

Ngày 24, tại cổng Sứ quán
Người có giấy nhập cảnh chen nhau
Chờ trực thăng bốc ra hạm đội
Giã từ miền đất khổ, thương sầu

23.

Ngày 24, tại Tân Sơn Nhất
Có cả ngàn người Việt ra đi
Nằm ngồi la liệt trên sân cỏ
Chờ máy bay đưa sang Hoa Kỳ

24.

Ngày 24 em cũng ra đi
Xe Dodge chở lên Tân Sơn Nhất
Từ Sài Gòn bay qua Cali
Phải qua Phi, Guam, Hawaii

25.

Ngày 26, trời sầu, đất thảm
Thịt nát, xương tan, lòng héo hon
14 sư đoàn quân Bắc Việt
Chia 5 mũi tấn công Sài Gòn

26.

Ngày 28, tướng Minh lên ngôi
Lập tức gởi công hàm kêu gọi
Người Mỹ hãy mau mau rút khỏi
Việt Nam, trong vòng 24 giờ

27.

Sài Gòn những ngày cuối tháng Tư
Nóng hầm hập như cái chảo lửa
Chạy về đâu? Em không biết nữa
Nghe niềm sầu vây bủa kiếp người

28.

Ngày 28, Sài Gòn hấp hối
Mẹ và 5 con thơ trên đường
Pháo nổ ầm ầm, nhà cửa nát
Về đâu trong cốt nhục đau thương?

29.

Chiều 29, Sài Gòn rối bời
Trên sân thượng Toà Đại Sứ Mỹ
Lập cầu không vận để đưa người
Ra mẫu hạm đang đậu ngoài khơi

30.

Ngày 29 tháng Tư, người Mỹ
Di tản khỏi thủ đô Sài Gòn
Mặt lạnh lùng, đăm chiêu, ảm đạm
Cuộc chia ly nào cũng đượm buồn

31.

Tại Sứ Quán, công dân Mỹ chờ
Trực thăng bốc đưa ra mẫu hạm
Cuộc ra đi nhuốm màu ảm đạm
Hoa chờ rơi… sầu không bến bờ

32

Trên nóc chung cư đường Gia Long
Nhân viên kéo từng người rồng rắn
Để lên chiếc trực thăng đậu sẵn
Nay nhìn bức ảnh còn đau lòng

33.

Phóng viên Van Es người Hà Lan
Chụp bức ảnh Sài Gòn sụp đổ
Thay lời muốn nói với ngàn sau
Cuộc chiến nào cũng ngập thương sầu

34.

Dân ùn ùn chạy về Thủ Thiêm
Bến Bạch Đằng còn nặng nỗi niềm
Trực thăng nào đáp trên sân thượng?
Giọt sầu nào chảy ngược vào tim?

35.

Ngày 29, lòng buồn dạt dào
Tại Sứ quán, tại cơ quan DAO
Tại bến Bạch Đằng, hồn bấn loạn
Người đi, kẻ ở, lệ tuôn trào

36.

Cơ Quan Tùy Viên Quân Sự DAO
Giờ phút chia ly buồn vời vợi
Vội vã bồng con lên chuyến cuối
Từ giã Sài Gòn trong nghẹn ngào

37.

Mỗi ngày có hàng trăm người Việt
Đến Tòa Đại Sứ xin Visa
Ngày 29, trực thăng đến bốc
Chân bước đi mà lệ nhạt nhòa

38.

Ngày 29, cõi lòng tê điếng
Vợ lạc chồng, con trẻ lạc cha
Chiếc trực thăng Thuỷ quân Lục chiến
Đưa mẹ con em rời quê nhà

39.

Ngồi trên boong tàu, em xót xa
Vận nước hãi hùng, tâm hoảng loạn
Ôm 3 con trẻ, hồn xiêu tán
Trời như sụp đổ, lệ chan hoà

40.

Ngày cuối cùng như tiếng đàn chùng
Tại Trung tâm Huấn luyện Quang Trung
Quân phục vứt ngổn ngang trên lộ
Ngả nghiêng vận nước hận anh hùng

41.

Tại Sứ Quán giờ thứ hăm lăm
Người lính Mỹ cuối cùng âm thầm
Lên trực thăng ngoái nhìn lần cuối
Sài Gòn bốc cháy đầy thương tâm!

42.

Trên sân thượng Sứ quán Hoa Kỳ
Toán lính Mỹ cuối cùng ra đi
Sài Gòn đang chết, chết tức tưởi
Rome, Paris, lệ có hoen mi?

43.

Sau 2 ngày lên làm tổng thống
Trưa 30, Tướng Minh đầu hàng
Nhiều đồng đội giữ tròn khí tiết
Đã ra đi lẫm liệt, hiên ngang

44.

Người lính chiến coi thường tính mạng
Giúp dân có thời gian di tản
Đã chiến đấu đến phút cuối cùng
Làm sao quên hình ảnh anh hùng?

45.

Sài Gòn chết vẫn không nhắm mắt
Ba chiếc xe tăng cháy trên đường
50 ngày nồi da xáo thịt
Bắn nhau không một chút tiếc thương

46.

Chiều xám xịt 30 tháng Tư
Hai cô gái đạp xe qua phố
Nhà cháy đen, vết đạn lỗ chỗ
Xác xe tăng còn đó nỗi buồn

47.

Ngày 30, sầu bay ra khơi
Lan khắp muôn phương đến tận trời
Em đã lên hàng không mẫu hạm
Nhưng trong ánh mắt buồn chơi vơi

48.

Trưa 30, biển trời u ám
Hàng không Mẫu hạm cũng buồn tanh
Ôm ba con trẻ, em nhòa lệ
Yêu quê mà phải xa đoạn đành!

49.

Sau những lần tranh dành sinh tử
Số phận người đi giờ ở đâu?
Còn lại chiếc tàu ma lạnh lẽo
Lầm lũi, lạc trôi trên biển sầu

50.

Ở trong tuyệt vọng có niềm vui
Và chờ đợi cũng là hạnh phúc
Em được trực thăng bay đến bốc
Tương lai chợt sáng ở chân trời

51.

Hàng Không Mẫu Hạm Midway ơi!
Đón cả trăm ngàn người di tản
Xô trực thăng cứu bao nhân mạng
Mở rộng vòng tay giữa biển trời

52
Trưa 30, Miền Nam u sầu
Bắt đầu những trang sử thương đau
Hàng triệu người vượt biên, vượt biển
Ba trăm ngàn chìm xuống vực sâu

53
Làm sao quên những tháng ngày buồn?
Bao oan hồn uổng tử đau thương?
Bao quốc phá gia vong? và những
Nghĩa địa điêu tàn không khói hương!

Orlando, ngày 3/5/2024

Tháng Tư Buồn
Biết Thuở Nào Nguôi

Ngày 26 sầu lên đỉnh trời
Thịt nát xương tan đánh nhau quyết liệt
Mười bốn sư đoàn chính quy Bắc Việt
Pháo kích, tấn công thành phố Sài Gòn

Vận nước đau buồn, ngả nghiêng, bi đát
Sài Gòn như cái xác không hồn
Hàng sấu già thắp nắng hoàng hôn
Cùng tắt biến, còn nước còn tát (*)

Người ta tất tả đi tìm giải pháp
Cuối cùng nhận ra
Giải pháp là không có giải pháp
Khi T 54 tiến vào Thủ Đô

Cày nát con đường Công Lý, Tự Do
Ủi sập cổng Dinh Độc Lập
Xoá một quốc gia
Trên bản đồ thế giới

Sài Gòn kể từ đó mất tên
Nền Dân Chủ tan thành mây khói
Hàng triệu người lưu vong khắp thế giới
Hàng vạn người chìm xuống biển sâu

Miền Nam kể từ đó thương sầu
Người đi kẻ ở
Nhìn cố lý sao Khuê mờ tỏ
Tháng Tư buồn biết thuở nào nguôi

Feb., 5, 2024

(*) 2 câu tục ngữ

Nghĩa trang Biên Hòa

Ngày 29, nghĩa trang Biên Hòa
Hai thiếu nữ mắt buồn vời vợi
Mặc áo trắng đứng bên mộ mới
Đúng ngày Sứ Quán Mỹ rời đi

Nhìn ảnh cũ lòng tôi ai bi
Cảm động quá người đi kẻ ở!
Thương tiếc quá người nằm dưới mộ!
Có nghe chăng giọt lệ thầm rơi?

Dòng thời gian cứ lạnh lùng trôi...
Mới đó mà gần nửa thế kỷ
Nhìn ảnh cũ tình người cao quý
Và lòng chung thuỷ sáng lung linh

Apr. 29, 2023

NGÀY 30

Ngày 30 một ngày tối thui
Màu xe tăng cháy đen thùi lùi
Màu của nhà tan và cửa nát
Màu của bao con tim ngậm ngùi

Ngày 30 bàng hoàng thảng thốt
Tử biệt sinh ly người một phương
Trong đáy mắt em, anh nhìn thấy
Đổ nát tang thương và chán chường

Ngày 30 đứng trên boong tàu
Biển cả mênh mông xanh một màu
Nhưng trái tim em lại tím thắm
Im lìm chất chứa những niềm đau

Apr. 30, 2023

Riêng Em Sầu Bia Mộ

Tháng Năm ai còn mất?
Ai khanh tướng công hầu?
Ai ăn mừng đón rước?
Ai phú quý sang giàu?

Riêng em vẫn ngồi đó
Trong nghĩa trang hoàng hôn
Trời không dưng mưa đổ
Rơi trên nấm mộ buồn

Em chẳng còn gì nữa
Ngoài linh hồn rêu rong
Tất cả trôi dòng nước
Cái có thành cái không

Giữa cuộc đời phi lý
Em còn gì nữa đâu?
Đêm về nghe cú rúc
Ngày dài nhìn quạ sầu

Một thế giới chỉ có
Im lìm và lặng câm
Riêng em sầu bia mộ
Thương người xa lệ đằm

May, 3, 2023

MAI VỀ

Mai về quê cũ chẳng còn ai
Quạnh quẽ đường xa lạnh bãi dài
Bầy sẻ mù tăm cây mất bóng
Tôi và tôi/sợi khói u hoài

Giả dối vô thường và ảo ảnh
Trập trùng giông bão có vươn lên?
Dòng sông chảy xiết về hư huyễn
Bóng núi ngàn năm đứng mỏi mòn

Mai về em cũng đã ra đi
Tìm mãi một đời vẫn cách ly
Trái tim hoang phế từ chia biệt
Tôi và tôi/thế kỷ ai bi

10/1999

(Trích từ thi tập Thơ Vinh Hồ, 1999)

Ngày Còn Hoá Tượng

Nửa đêm thức giấc bồn chồn
Cơn mơ còn nhớ anh còn yêu em
Môi còn hôn tay còn ôm
Mùi hương còn thoảng đêm xuân còn nồng

Tình cháy bỏng đời màu hồng
Đất trời cao rộng một mình đôi ta
Con chim sâu nhảy mái nhà
Cánh chuồn chuồn lượn là là chân em

Con suối tạt nước áo em
Bụi hoa chuối dại tặng em môi hồng
Ngàn yêu đương chất trong lòng
Vạn lời yêu nhốt bao thu đông sầu

Tim anh tim anh ngục tù
Yêu em yêu em đến mù lòa thôi
Ôi yêu chi cho xa người!
Yêu chi cho tan hoang đời chung thân

Yêu chi trong cơn mê gần!
Mà như xa hút nửa phần đời nhau
Đêm nằm mơ tưởng... Bấy lâu
Ngày còn hoá tượng chờ nhau kiếp nào?

1998

(*Trích từ thi tập Thơ Vinh Hồ, 1999*)
*Trần Hoài Thư có trích dẫn thơ của bài này.

Người Di Tản Buồn

(45 khổ = 180 câu)

1.

Tháng Ba oan nghiệt, tháng Tư sầu
Hàng vạn vết thương đã hằn sâu?
Lâu rồi vẫn không sao quên được
Dòng người di tản lạc về đâu?

2.

Ngày 10, 3 sư đoàn Bắc Việt
Bắt đầu cuộc xáo thịt nồi da
Người di tản đứt từng đoạn ruột
Ban Mê điêu tàn như tha ma

3.

Hơn 1 trăm ngàn người di tản
Bỏ xác trong rừng hay đi đâu?
Tỉnh lộ 7, con đường xương máu
Nỗi đau còn mãi đến ngàn sau

4.

Chưa hết, hàng vạn người hỏa tuyến
Bỏ Cồn Tiên, Cửa Việt, La Vang...
Chạy về Huế, Nha Trang, Mũi Né...
Và sẽ về đâu nếu Miền Nam?

5.

26 tháng Ba, Huế thất thủ
Tại Hương Trà, Phú Lộc, Thuận An
Đạn rơi, pháo nổ, người di tản
Bồng bế ra đi buồn mênh mang

6.

Chiếc tàu HQ 802
Đón người di tản từ hỏa tuyến
Bỏ nhà cửa, ruộng vườn, miên viễn
Cuối tháng Ba, trời biển u hoài

7.

Tại hải cảng Mỹ Khê, Đà Nẵng
Vắng lặng, không tàu thuyền, xà lan
Người di tản chuyển qua đường bộ
Ngồi trên mui bất chấp nguy nan

8.

Dòng người di tản dài vô tận
Lên đèo, xuống dốc, nắng chang chang
Trên Quốc lộ, mồ hôi nhễ nhại
Mẹ gánh con đi về phương Nam

9.

Tại cửa Thuận An và Tư Hiền
Người di tản chờ đông như kiến
Bỏ làng xóm, nhà cửa, tổ tiên…
Ruột gan đứt đoạn, lòng ưu phiền

10.

Từ tuyến đầu di tản về đây
Cửa Thuận An! Ôi máu nhuộm đầy!
Hàng hàng ngã xuống trước đạn pháo
Lớp lớp rớt rơi sóng cuốn đi…

11.

Tại miền Trung khi mất Cố Đô
Chiếc tàu vận tải Vishipco
Đã chở hàng ngàn người di tản
Rời bỏ quê hương, suối lệ khô

12.

Các tàu lớn đậu ngoài khơi xa
Trên chiếc thuyền con từ bờ ra
Chở người mẹ, tay bồng con trẻ
Trước mặt là muôn trùng phong ba

13.

Ngày 27, Hải Quân Hoa Kỳ
Gởi đến Đà Nẵng nhiều Tugboat
Sau 4 ngày, tàu đã chở được
30 ngàn người Việt ra đi

14.

Ngày 29, Đà Nẵng thất thủ
Vùng địa đầu ủ rũ, héo hon
Người di tản hàng hàng lớp lớp
Chật bãi, đầy bờ, chen núi non

15.

Già trẻ lớn bé đều gian nan
Sẽ về đâu trong cảnh cơ hàn?
Khói lửa tứ bề vẫn cứ chạy
Vẫn bế bồng đi về phương Nam

16.

Đầu tháng Tư, Quy Nhơn thất thủ
Chiếc HQ đậu ở ngoài khơi
Vô số thường dân chờ di tản
Súng đạn vẫn bắn ra tơi bời

17.

Ngày 1 tháng Tư, Tuy Hoà mất
Thị xã đìu hiu, núi Nhạn buồn
Người Phú Yên trên đường tị nạn
Đồng lúa vàng mơ đứng héo hon

18.

Tại Vạn Giã, Ninh Hoà bi thương
Cuối tháng Ba ngàn nỗi đoạn trường
Bao hình ảnh kinh thiên động địa?
Còn hằn trên mặt người tha hương!

19.

Ngày 2 tháng Tư, mất Nha Trang
Tại phi trường, di tản hàng ngàn
Chuyến bay cuối cùng trông ảm đạm
Ngọn gió chiều lên, lệ mấy hàng?

20.

Khuya 30, cập bến Cam Ranh
Chiều tối thuyền trôi, sóng dập dình
Bẻ lái thuyền đi, người di tản
Lênh đênh theo vận nước điêu linh

21.

Trên chiếc thương thuyền đi Phú Quốc
Thảm cảnh đau lòng đã diễn ra
Côn đồ sát hại người di tản
Đất oán, trời hờn, biển phong ba

22.

Chiếc tàu HQ 502
Ngày nào chở tôi về Cầu Đá
Giờ hỏng máy nhưng còn lăn xả
Chở 5 ngàn người Việt ra đi

23.

Cổ tháp buồn, Phan Rang thất thủ
Lính Dù di tản về Mũi Dinh
Đứng chờ thuyền chở về Ô Cấp
Đêm mờ sương, sóng vỗ dập dình

24.

Ngày 18, Phan Rí nguy ngập
Hàng ngàn quân lẫn trong sương mờ
Khơi xa, biển lặng, thuyền không đến
Buồn tím tim gan, tím cả thơ

25.

Người lính gặp con tại Trảng Bom
Tình cha-con xúc động càn khôn
Cha gánh con đi trong lửa đạn
Trên đường di tản về Sài Gòn

26.

Đạn pháo đuổi theo người di tản
Hãi hùng, em tay xách, nách mang
May mắn có trực thăng đến cứu
Đáp giữa đường, nguy hiểm không màng

27.

Bé trai đầu đội mũ lính
Trên lưng cõng một đứa em
Chạy theo đoàn người di tản
Nhìn em, lệ chảy vào tim

28.

2 em bé lạc loài di tản

Không người thân thích, chẳng mẹ cha

Giữa đường, trực thăng đáp xuống bốc

Câu chuyện diệu kỳ đã diễn ra

29.

14 tháng Tư, tại Xuân Lộc

Bé trai di tản bằng xe lăn

Một mình, một bóng trên đường vắng

Khuôn mặt đầy lo lắng, băn khoăn

30.

Ngày 21, tại tỉnh Long Khánh

Đoàn di tản hướng về Sài Gòn

Trực thăng hạ cánh trên Quốc lộ

Kẻ ở, người đi đều héo hon

31.

Dân Miền Trung di tản về đây

Tại Bến Đình, Bến Đá lất lây

Tại Bãi Trước, Bãi Sau chật ních

Niềm đau che kín cả trời mây

32.

Ngày 26, tại Tân Sơn Nhất
Bên ngoài trụ sở cơ quan DAO
Có cả ngàn người Việt chen nhau
Chờ gọi tên di tản sang Mỹ

33.

Ngày 28, nhạc sĩ Nam Lộc
Lên phi cơ từ giã Sài Gòn
Tác giả "Sài Gòn ơi! vĩnh biệt"
Và nhạc phẩm "Người di tản buồn"

34.

Nhiều lớp hàng rào tại bến cảng
Không cản được rừng người di tản
Cô gái tóc thề mặt trái xoan
Cuối cùng lên được chiếc thuyền con

35.

Ngày cuối, Sài Gòn thật ảm đạm!
Hàng ngàn, hàng vạn người di tản
Ra đi bằng tàu chiến, trực thăng
Ra đi tại Thủ Thiêm, Bạch Đằng

36.

Ngày 30, sóng vỗ, bờ tràn
Có hàng ngàn người Việt tị nạn
Được chiếc thương thuyền Mỹ cưu mang
Chở từ Phú Quốc đến đảo Guam

37.

Trong những ngày dầu sôi, lửa bỏng
"Khóc cười theo mệnh nước nổi trôi" (*)
Hàng Không Mẫu Hạm đậu ngoài khơi
Dang tay đón từng người di tản

38.

Sáng 30, biển chìm trong sương
Hàng không Mẫu hạm cũng sầu thương
Người di tản ruột gan đứt đoạn
Hồn lạc về đâu trên quê hương?

39.

Trưa 30, biển cả không xanh
Hàng không Mẫu hạm cũng buồn tanh
Người di tản mắt buồn diệu vợi
Chim ngừng bay, mây khói xây thành

40.

Chiều 30, sóng vỗ bập bềnh
Hàng không Mẫu hạm cũng buồn tênh
Người di tản hồn chia hai ngả
Nửa gởi về quê, nửa lênh đênh

41.

Ngày 1 tháng Năm, tại Côn Sơn
Có nhiều thuyền chiến và tàu buôn
Có hàng chục chiếc ghe đánh cá
Cùng ba vạn người di tản buồn

42.

Trưa mùng 1, theo cánh chim di
Đoàn tàu di tản hướng về Phi
Trước mặt, tháng ngày dài vô định
Sau lưng, đêm tăm tối sầu bi

43.

Sài Gòn sụp đổ, hàng ngàn người
Chết trong rừng, chết ngoài biển khơi
Hàng chục vạn người ra khỏi nước
Tháng Tư buồn biết thuở nào nguôi!

44.
Cuộc di tản vẫn còn tiếp tục
Cho đến cuối năm, lắm não phiền
12 ngàn người đã liều chết
Vượt biên sang các nước láng giềng

45.
Người di tản bỏ nước ra khơi
Đánh đổi cả sinh mạng, cuộc đời
Vì quyền sống, nhân văn, dân chủ
Không tự do là chết nửa người

Orlando, ngày 5/3/2024

(*) *Tình Ca, nhạc Phạm Duy*

IV. CHUYỆN TÌNH THỜI CHIẾN CHINH DÂU BỂ

- Có 46 bài thơ (Đường luật: 39 + Thơ mới: 7)

Giữa Chốn Ba Quân

Ngày mãn khóa sinh viên sĩ quan
Chốn ba quân thiếu nữ tìm chàng (*)
Nàng ngồi trên khán đài kiều diễm
Tôi đứng trong hàng quân rỡ ràng
Khung cảnh thật hào hùng lãng mạn
Phút giây quá lẫm liệt hiên ngang
Buổi chiều tôi dẫn nàng đi biển
Nhìn cánh hải âu hàng nối hàng…

23/2/2019

(*) *Trai khôn tìm vợ chợ đông*
Gái khôn tìm chồng giữa chốn ba quân. (ca dao)

Sau Ngày Mãn Khóa

Sau ngày mãn khóa ra sa trường
Em tiễn tôi đi một đoạn đường
Vẫn mái tóc thề bay trước gió
Vẫn tà áo trắng lượn trong sương
Động viên nhưng mắt như nhòa lệ
An ủi mà lòng lại đoạn trường
Binh lửa biết ngày nào trở lại?
Bóng em dần khuất sau hàng dương
23/2/2019

Sầu Thảm Ai Gieo

Sầu thảm ai gieo rắc Lạc Hồng?
Tương tàn ai xúi giục Tiên Rồng?
Ngày Xuân xương trắng phơi đầu núi
Tháng Hạ máu đào nhuộm cuối sông
Lửa cháy mặt trời đêm bất tận
Người ra biên ải ngày càng đông
Hôm qua em tiễn ra tiền tuyến
Chân bước mà nghe nặng trĩu lòng

Ngày 6/3/2019

CÒN ĐÓ MỐI TÌNH

Còn đó mối tình thuở học trò
Còn nguyên đôi má hồng thơm tho
Còn thương mái tóc thề buông xõa
Còn nhớ bờ môi đỏ hẹn hò
Còn mãi đôi tà bay trước gió
Còn hoài những tiếng gọi con đò
Còn mơ nắng hạ xoài cam chín
Còn mộng hàng cau đứng thẳng ro

Ngày 6/3/2019

Ngọt Lịm Tình Quê

Từ chiến trường xa người lính rừng
Về thăm em gái nhỏ đương xuân
Hẹn hò vườn bưởi cam sai quặc
Gặp gỡ cầu sương nguyệt sáng trưng
Nhĩ Sự ngắm mây trôi lãng đãng
Bình Sơn nghe sáo hót vang lừng
Lát xoài thơm lựng từ tay ngọc
Ngọt lịm tình quê đẹp quá chừng!

26/2/2019

NGƯỜI LÍNH VẪN CHƯA VỀ

Từ chiến trường xa vọng xóm quê
Một ngày chẳng thấy "tam thu hề"(*)
Thương dòng suối bạc ngày tri ngộ
Nhớ bến sông xanh buổi hẹn thề
Mong mỏi Hè qua tàn khói lửa
Nguyện cầu Đông đến đẹp phu thê
Nhưng thù hận ngút cao như núi
Người lính Xuân sang vẫn chửa về

Ngày 5/3/2019

(*) *"Nhất nhật bất kiến như tam thu hề"*
(Thái cát 2, Kinh Thi, Khổng Tử)

Thăm Người Em Gái

Từ chiến trường xa xôi trở về
Thăm người em gái nhỏ chiều quê
Hẹn hò vườn bưởi anh thầm thĩ
Gặp gỡ thềm trăng em tỉ tê
Mong mỏi tri âm tình sắt đá
Ước mơ tổ ấm nghĩa phu thê
Ngày đi em tiễn đôi dòng lệ
Tôi nắm tay em cùng hẹn thề

Ngày 5/3/2019

Vì Yêu Lính Chiến 1

Vì yêu anh lính chiến
Hồn để nơi phương trời
Chờ mãi vầng trăng khuyết
Mong hoài con nước vơi
Âm thầm Thu đến vội
Thấm thoát Xuân qua rồi
Cảm tạ người yêu dấu
Tình em trăng sáng ngời

June, 17, 2023

Vì Yêu Lính Chiến 2

Gởi nhớ thương về tri kỷ tôi
Người em áo trắng giữa dòng đời
Mưa dầm gió bấc trông đầu núi
Nắng quái chiều hôm ngóng cuối trời
Loan phụng hoà minh còn trắc trở
Sắt cầm hảo hợp mãi xa vời
Vì yêu lính chiến đời em khổ
Võ võ canh trường lệ rớt rơi…

Ngày 6/3/2019

Vì Yêu Lính Chiến 3

Xưa nay chinh chiến mấy ai về? (*)
Khói lửa ngập trời dậy xóm quê
Vì trót yêu người ngoài chiến địa
Nên dài cả cố trước sơn khê
Năm năm một bóng chờ mòn mỏi
Nửa kiếp hai phương đợi tái tê
Chiến địa thương hoài tình sắt đá
Ngàn năm nhớ mãi tâm bồ đề

Ngày 6/3/2019

(*) Mượn ý câu:
Cổ lai chinh chiến kỷ nhân hồi (thơ Vương Hàn)

Vì Yêu Lính Chiến 4

Vì lỡ yêu biên cương núi đồi
Nên mòn con mắt ở phương trời
Tình nhà không thể nào xao lãng
Nợ nước có bao giờ lỏng lơi?
Vạn kiếp tri ân tà áo trắng
Ngàn lời tạ lỗi ánh trăng côi
Hai phương chiều sáng cùng trông ngóng
Chờ mãi ngày xanh qua mất rồi!

Ngày 6/3/2019

Vì Yêu Lính Chiến 5

Nhà tan cửa nát bao Thu rồi
Núi cách sông ngăn tình rẽ đôi
Trót lỡ yêu thương màu áo trận
Nên hoài trông ngóng mây phương đoài
Ngày đêm em vái van Tiên Tổ
Chiều sáng anh cầu nguyện Phật Trời
Mong mỏi được ăn đời ở kiếp
Nhưng hai phương vẫn xa vời vời

Ngày 6/3/2019

Vì Yêu Lính Chiến 6

Thư gởi về em, yêu dấu ơi!
Vì yêu lính chiến lệ đầy vơi
Hóa thân Tô Thị trông đầu núi
Làm đá Vọng Phu ngóng cuối trời
Trước mặt đường tương lai xám xịt
Sau lưng bóng hạnh phúc xa vời
Từ nơi chiến địa nhìn sao sáng
Thề nguyện yêu em đến vạn đời

June, 16, 2023

Vì Yêu Lính Chiến 7

Từ chiến trường xa gởi mấy lời
Người em sầu mộng của tôi ơi!
Vì yêu lính chiến thân sầu héo
Bởi mến tiền đồn hồn rụng rời
Máu đổ đầy đồng trăng phố độ
Xương phơi ngập núi gió ru hời
Bao giờ đất nước thôi binh lửa?
Anh sẽ về xây mộng lứa đôi

June, 18, 2023

CHỜ ĐỢI NGƯỜI TÙ

1.
Chờ đợi người tù đời dập bầm
Cánh cò lặn lội đã bao năm?
Nương dâu bãi biển thân lưu lạc
Tháng giá ngày đông lệ khóc thầm
Địa ngục xin ghi lòng tạc dạ
Lao tù nguyền khắc cốt ghi tâm
Tình em cao cả sao Khuê sáng
Dìu bước anh đi nơi tối tăm

June, 19, 2023

2.
Chờ đợi người tù đời đảo điên
Tuổi xuân em vất vả truân chuyên
Hai ngàn đêm héo hon sầu khổ
Nơi xứ người cô quạnh muộn phiền
Gánh gạo nuôi chồng lòng sắt đá
Vững tâm bền chí đóa hoa hiên
Tình em như ánh trăng mười sáu
Soi sáng suốt đêm trường tịnh yên

June, 19, 2023

ĐẸP ÁO BÀ BA

Ngày ấy áo dài đem cắt ra
Xuân về em đẹp áo bà ba
Căng tròn bộ ngực đầy khêu gợi
Ôm kín vòng eo đủ thiết tha
Đồng lúa đơm bông thơm suối tóc
Vườn cây trĩu quả đẹp làn da
Cầu tre lắt lẻo nghiêng nghiêng nón
Xao xuyến lòng ai tình đậm đà?

Feb. 8, 2023

Khêu Gợi Chiếc Áo Dài

Duyên dáng thướt tha chiếc áo dài
Diễm kiều khêu gợi nét trang đài
Gió nồm hất nhẹ đôi tà áo!
Hương bưởi thơm lừng mái tóc ai?
Xuống phố dáng tiên vừa lộ hiện
Qua cầu thân ngọc thoáng phơi bày
Hớp hồn hai nửa kín và hở
Quyến rũ hồn thơ vương gót hài

Ngày 5/2/2019

Vườn Mộng Có Em

Một buổi sáng vườn em hóa thơ
Sinh sôi nẩy nở đẹp vô bờ
Mít xoài kết trái ong lui tới
Nhãn vải ra hoa bướm lượn lờ
Vú sữa chín cây oằn nhánh đợi
Mãng cầu mở mắt trĩu cành chờ
Có em tất cả thành siêu thực
Si đắm hồn ai trên bến mơ?

30/1/2019

Cảnh Sắc Hoang Sơ

Ngỡ ngàng trước cảnh sắc hoang sơ
Bên suối vườn em đẹp sững sờ!
Chín bói trên cành xoài ổi nhãn
Vàng mơ dưới lá bưởi cam bơ
Chiều về đàn sáo vui ca hát
Tối đến tri âm xướng hoạ thơ
Vạn vật bừng lên ngàn sức sống
Hồn ai bay bổng lạc vào mơ?

Ngày 7/2/2019

VỀ VỚI MẢNH VƯỜN

Giũ áo quay về với mảnh vườn
Có em ngày tháng ngập yêu thương
Đỏ âu chùm vải đong đưa gió
Trắng muốt hoa ngâu ngan ngát hương
Oanh yến rộn ràng chờ nắng hạ
Phượng loan nhộn nhịp đợi tà dương
Địa đàng có thật tình chan chứa
Đời đẹp như mơ vương khói sương

Ngày 8/2/2019

Có Em Đời Đẹp Như Trong Mộng

Buông bỏ trở về với cõi Thiền
Vui cùng cây cỏ ngắm điền viên
Nghêu ngao bàu vịnh thương Khương Thượng
Chiêm ngưỡng sơn lâm nhớ Bát Tiên
Cỡi gió đi mây hồn tự tại
Ngâm hoa vịnh nguyệt tâm an nhiên
Có em đời đẹp như trong mộng
Ngày tháng bên nhau quên não phiền

Ngày 9/2/2019

VƯỜN EM

1.
Em còn hái trái mơ hiên tây
Đứng trước vườn em sương lạnh đầy
Kia mãn đình hồng chúm chím nụ
Nọ chim oanh vũ hót vang cây
Lộc vừng nở đợi giờ kỳ ngộ
Trúc tím đan chờ duyên ngất ngây
Từng giọt dương cầm rơi lãng mạn…
Chén quỳnh chưa cạn đã say say

2.
Bùa mê thuốc lú vào vườn em
Hồn lạc phách xiêu đứng trước rèm
Dòng suối thơm tho mê mẩn ngắm
Ngọn đồi xinh đẹp tịnh yên xem
Bức tranh lập thể phô đường nét
Vũ khúc nghê thường lộ áo xiêm
Chết lịm hồn thơ và ý nhạc
Rượu tình chưa uống đã say mềm

Ngày 12/2/2019

THIÊN BỬU KỲ NGỘ

Rớt tú tài về nương cổ tự
Bốn mùa đạm bạc muối tương dưa
Đánh chuông gõ mõ nghe kinh kệ
Tưới kiểng chăm hoa ngắm hạc rùa
Ngày Giỗ Tổ giai nhân viếng cảnh
Tết Nguyên Tiêu mỹ nữ thăm chùa
Diệu kỳ thay phút ban đầu ấy!
Bên gốc me già trước giậu thưa…
                              19/2/2019

CHÚ TIỂU CHÙA THIÊN BỬU

Thiền môn lặng lẽ tháng ngày qua
Em đến thăm hiền dịu thướt tha
Gò má đỏ âu như mận chín
Áo dài trắng xóa áng mây xa
Tàn me cổ thụ xanh rờn lá
Cặp sứ dáng tiên thơm ngát hoa
Chú tiểu gởi sầu vào mộng ảo
Theo em đi suốt cõi ta bà

20/2/2019

Phút Giây Sơ Ngộ

Hương lộ quanh co ngọn gió đùa
Mười cô áo trắng đi thăm chùa
Đàn cò nghểnh cổ nhìn mây khói
Đồng lúa trổ bông đợi gió mùa
Chánh điện giai nhân cầu phước lộc
Nhà đông chú tiểu đãi cơm trưa
Chuyện thường tình lại nên duyên nợ
Xao xuyến hồn ai trước giậu thưa?
21/2/2019

Hoa Thủy Tiên

Mười cô áo trắng viếng am Thiền
Duyên dáng xinh tươi hoa Thủy Tiên
Mái tóc buông dài đen óng ả
Đôi tà khép mở đẹp ngoan hiền
Môi cong hờn dỗi lưng ong chúa
Má đỏ hây hây mặt chữ điền
Dáng dấp cao sang đầy quyến rũ
Yêu em từ phút giây đầu tiên

22/2/2019

TỪ LÚC EM VỀ

Từ lúc em về viếng cửa Thiền
Sáng chiều đàn sáo hót huyên thuyên
Cây me tán gạo thêm tươi tắn
Bến nước dòng sông đẹp ảo huyền
Tri kỷ ngay lần gặp thứ nhất
Yêu em từ cái nhìn đầu tiên
Phải chăng em hiện thân Bồ tát?
Cứu giúp ta trong cuộc đảo điên

24/2/2019

TỪ LÚC THIỀN MÔN IN DẤU CHÂN

Từ lúc Thiền môn in dấu chân
Ngày đêm chú tiểu cứ bâng khuâng
Dòng sông bến nước mơ hồng diện
Lối kiểng sân hoa ước ngọc thân
Dài cả cổ chờ trong ảo mộng
Mòn con mắt đợi giữa phù vân
Thương tà áo trắng màu sương khói
Nhớ mái tóc thề đẹp dáng xuân

25/2/2019

CHÚ TIỂU THEO EM

1.
Tình không thể hiểu, áng phù vân?
"Sắc bất ba đào dị nịch nhân"(*)
Mái tóc buông dài đầy huyễn tưởng
Đôi tà úp mở đẹp vô ngần
Gốc me ngàn tuổi hoa còn thắm
Cây sứ trăm năm dáng vẫn xuân
Chú tiểu ngày kia rời cổ tự
Theo em đi suốt cuộc hồng trần

2.
"Hữu duyên thiên lý" trái tim côi
Chỉ một sát na nhớ vạn đời
Ngày Giỗ Tổ em vừa thoáng hiện
Chốn Già Lam chú bỗng bồi hồi
Cửa Thiền câu đối ghi từng cặp
Núi Vọng chim trời bay đủ đôi
Trót nặng lòng trần chú tiểu đã
Theo em qua mấy ngả luân hồi?

Ngày 3/3/2019

CHÚ TIỂU RỜI THIÊN BỬU

Chỉ một lần em đến cửa Thiền
Mà bao đêm chú nặng niềm riêng
Dung nhan kiều diễm hoa hồng phấn
Cốt cách thanh cao đoá thuỷ tiên
Say đắm bờ môi cong diễm ảo
Lạc xiêu tà áo trắng trinh nguyên
Chiều nao chú Tiểu rời Thiên Bửu
Kết mối tơ duyên thỏa ước nguyền

Ngày 5/3/2019

TẾT THƯỢNG NGUYÊN

Trăng treo đầu ngõ gió Xuân đùa
Tết Thượng Nguyên em đi lễ chùa
Một tiếng chày kình phiền muộn xoá
Ba hồi trống sấm lo âu xua
Người cầu gia đạo vui muôn thuở
Kẻ nguyện tình duyên đẹp vạn mùa
Mơ ước trăng thanh mong gió mát
Cho đời thôi dãi nắng dầm mưa

Feb. 5, 2023

Chiếc Áo Dài Xuân

Chiếc áo dài Xuân đẹp khó quên
Đôi tà úp mở trắng trinh nguyên
Phơi bày dáng ngọc ngà kiều diễm
Khêu gợi thân tiên nữ dịu hiền
E ấp thướt tha nơi hội tết
Đoan trang thùy mị chốn công viên
Kiêu sa quý phái nhưng đơn giản
Quyến rũ mê hồn lại chính chuyên

Feb. 10, 2023

TỪ EM MẶC ÁO MÙA XUÂN

Từ em mặc áo mùa Xuân
Nhân gian có một người dưng yêu người
Từ em mặc áo da trời
Vườn Địa Đàng có hai người yêu nhau
Từ em mặc áo hoa ngâu
Bên kia sông có người sầu cô đơn
Từ em mặc áo hoàng hôn
Cõi thơ có một tâm hồn thi nhân

Feb. 11, 2023

NGÀY ẤY THIÊN DUYÊN (*)

Ngày ấy gặp em nơi cửa Thiền
Yêu em từ ánh mắt đầu tiên
Tóc thề buông xõa đôi môi mọng
E ấp đôi tà áo trinh nguyên

Ngày ấy sa di lòng bâng khuâng
Theo em đi khắp nẻo hồng trần
Từng đêm khấn nguyện ơn Bồ Tát
Độ nàng trên các nẻo phù vân

Yêu em như thể từ muôn kiếp
Từng lời thệ hải tím sơn khê
Tìm đâu vạn cổ sầu trong mắt
Em hớp hồn ta trên bến mê

Ta sa di lánh đời dâu biển
Lòng trần còn nặng mối thiên duyên
Tình em vời vợi vầng trăng sáng
Nếu vắng, đời ta như bóng đêm

Ngày ấy gặp em nơi cổ tự
Cây me ngàn tuổi cũng vàng hoa
Bồ đề thay lá kinh vô tự
Nhưng tiếng chuông lòng mãi ngân nga

Ngày tháng bên em tình mang mang
Yêu em tha thiết và nồng nàn
Tình em mãnh liệt như dòng suối
Địa đàng hiện hữu giữa trần gian

Orlando, Jan 15, 2020

(*) Bài này đã được Vinh Hồ phổ nhạc.
Nhạc & lời Vinh Hồ
Hoà âm Vũ Thế Dũng
Trình bày ca sĩ Quang Châu
PPS hình ảnh: Huyền Ái
https://www.youtube.com/watch?v=-ychZwE4g64

Ước Mơ Thành Hiện Thực

Anh về từ khói lửa điêu tàn
Đưa em đi khắp biển Nha Trang
Mình viếng Hòn Chồng thăm Hòn Vợ
Đầy trời mây trắng bay hàng hàng...

Anh chở em qua cầu Xóm Bóng
Mình vào quán nước ở bên đường
Mời em ly chè sâm bổ lượng
Nhìn môi em mọng má em hường

Đưa em vào Sơn Nữ Đà Lạt
Đầu đường Độc Lập khách hàng đông
Anh may cho em chiếc áo cưới
Hoàng yến là màu em ước mong

Anh về từ chiến trường xa xôi
Đưa em đi giữa phố mây trời
Ước mơ đã biến thành hiện thực
Hạnh phúc trào dâng tình lên ngôi

Ngày 9/12/2023

Chiếc Vương Miện

Từ tiền tuyến anh về Sài Gòn
Đường lá me xanh xinh gót son
Ghé Rex ngắm Kiều nữ mắt tím
Vào Eden xem phim Nữ hoàng

Ngồi Thanh Bạch nhâm nhi cà phê
Ngắm mỹ nhân Sài thành thanh lịch
Chiếc áo dài đôi tà tuyệt bích
Vàng tím bay bay sáng vỉa hè

Đến chợ Bến Thành người nhộn nhịp
Thiếu nữ Sài Gòn đẹp như mơ
Nhờ cô đội thử chiếc vương miện
Bẽn lẽn cười duyên xinh như thơ

Chiếc vương miện đem về cho em
Làm quà cô dâu trong ngày cưới
Em lộng lẫy, diễm kiều, phơi phới
Tựa đoá hoa Xuân đẹp rạng ngời!

Ngày 11/12/2023

TÀ ÁO TRẮNG
TẠI VŨ ĐÌNH TRƯỜNG

"Trai khôn tìm vợ chợ đông
Gái khôn tìm chồng giữa chốn ba quân"(*)
Tại Vũ đình trường Xuân 69
Lễ ra trường của những chàng trai

Có nàng ngồi trên khán đài
Trai tài gái sắc đẹp thay cuộc tình!
Tà áo trắng trinh nguyên cuốn hút
Tựa vần thơ tuyệt bút mê hồn

Tiếng kèn thúc quân dập dồn
Bước chân hùng tráng vẫn còn đâu đây
Kỷ niệm đẹp chất đầy hoa mộng
Vẫn mơn man trong ký ức xanh

Tình em chân thật hiền lành
Theo anh suốt cuộc chiến tranh bi hùng
Tình em son sắt thuỷ chung
Cùng anh qua những chập chùng bể dâu

Ngày 15/12/20

(*) *Ca dao*

LỄ RA TRƯỜNG CÓ EM THAM DỰ

Buổi sáng rộn ràng quân trường Đồng Đế
Tại Vũ đình trường khí thế hiên ngang
Khoá 8/68 làm lễ mãn khóa
Hào khí ngút trời sinh viên sĩ quan

Từ giã bút nghiên đáp lời sông núi
Anh dũng đứng lên nối gót ông cha
Nếm mật nằm gai gìn giữ sơn hà
Bảo vệ tự do nhân quyền nhân phẩm

Trên khán đài cao có em tươi thắm
Suối tóc buông lơi tà áo mây trời
Má phấn môi hồng kiều diễm tinh khôi
Còn gì đẹp hơn trong ngày đại lễ?

Buổi chiều liêu trai dừa xanh gió nhẹ
Mây tím biển vàng sóng vỗ ghềnh xa
Anh dìu em qua vườn hồng nở rộ
Chim én đề thơ chúc tình đôi ta

16/12/2023

ĐÔI TÀ ÁO TRẮNG QUA CẦU
(11 khổ = 44 câu)

Tình cờ trong một buổi chiều
Hữu duyên gặp gỡ dấu yêu lần đầu
Tóc thề thoang thoảng hương cau
Đôi tà áo trắng qua cầu gió bay

Dưới dòng Sông Cái phơi bày
Dáng cao sang giữa trời mây một màu
Em cười hai má đỏ âu
Môi hồng tươi thắm người đâu ân cần?

Lạ lùng mới gặp đã thân!
Như quen nhau tự kiếp luân hồi nào?
Lát xoài chín bói em trao
Chưa ăn mà đã ngọt ngào thế ni!

Lời em êm ái ti tê
Mới nghe mà đã đê mê tâm hồn
Tàu dừa ngả bóng hoàng hôn
Muốn ôm em gởi nụ hôn thật dài

Yêu em từng sợi tóc mai
Môi cong, mắt phụng, mày ngài, mặt hoa
Yêu em ăn nói thật thà
Tánh tình ngay thẳng hiền hòa dễ thương

Cành bưởi ngan ngát đưa hương
Yêu em yêu cả con đường em qua
Dòng Sông Cái nặng phù sa
Xe tơ kết tóc đôi ta trọn đời…

Bảy năm khói lửa ngút trời
Năm năm "cải tạo" phận người long đong
Đường xa gánh gạo nuôi chồng
Tảo tần cực khổ gánh gồng gian lao

Giữa thời dâu bể ba đào
Một thân đơn độc lao đao xứ người
Chưa ngày nào được thảnh thơi
Thân cò lặn lội suốt đời hy sinh

Trăm công nghìn việc quên mình
Nuôi chồng con giữ trọn tình thủy chung
Dù cho mưa gió bão bùng
Kiên cường, nghị lực, chí hùng vượt qua

Bởi tên là một loài hoa
Trắng như tuyết lại kiêu sa dịu dàng
Hương đức hạnh vượt thời gian
Duyên trăm năm mãi nồng nàn thiết tha

Tình em cao cả bao la
Vầng trăng mười sáu thu ba rạng ngời
Tạ ơn em tạ ơn đời
Xuân về đẹp mãi nụ cười tháng giêng

6/2016

Tình Em

Tình em cao vút đỉnh trời
Tình em xa tít biển khơi mịt mù
Tình em vằng vặc trăng thu
Tình em mãnh liệt phiêu du non bồng

Tình em thức trắng đêm đông
Tình em chất ngất sóng lòng xôn xao
Tình em chan chứa dạt dào
Tình em rượu mật ngọt ngào bờ môi

Biển tình đầy ắp chơi vơi
Non bồng nước nhược rạng ngời sắc xuân
"Ai bảo em là giai nhân" (*)
Cho ta mơ mộng bâng khuâng một đời

Một thời máu đổ xương rơi
Những đêm chờ sáng vẫn ngồi nhớ em
Một thời địa ngục trần gian
Đêm nghe vượn hú mơ màng thương ai

Một thời nương rẫy dặm dài
Núi non ẩn dật ngô khoai qua ngày
Có em cùng chịu đắng cay
Đẩy xe qua đoạn sình lầy thôn xa

Một thời từ giã quê nhà
Lênh đênh đất khách bôn ba xứ người
Có em cùng chịu tả tơi
Nuôi con ăn học nên người giỏi dang

Trăm phương nghìn ngả gian nan
Một tay em đã lo toan mọi bề
Tình nào bằng tình phu thê?
Chia bùi xẻ ngọt đi về có nhau

Vẫn yêu cho đến bạc đầu
Vẫn thương cho đến ngàn sau một lòng
Bốn mùa xuân hạ thu đông
Vẫn cho nhau cả tấm lòng yêu thương

Trăm năm còn mãi vấn vương
Vẫn cho nhau cả khu vườn đầy hoa
Đêm sum họp nhạc thơ hòa
Ta dâng em đóa quỳnh hoa trắng ngần

Tạ ơn em một triệu lần
Tạ ơn Trời Phật ban ân phước này

6/2016

(*) *Thơ Lưu Trọng Lư*

THƠ ĐOÀN THUỶ TIÊN:

- Có 4 bài thơ (Đường luật: 1 + Thơ mới: 3)

THÁNG TƯ (*)

(Hoạ vần thơ Song Phượng theo thể tự do)

Anh người lính chiến ở tuyến đầu
nguy hiểm gian lao há sợ đâu
bao năm sống chết ghìm tay súng
quyết giữ biên cương chẳng ưu sầu
biến cố tháng Tư trời đất thảm
người người chạy loạn đổ dòng châu
anh vào trại tập trung cải tạo
em vẫn chờ dù đến bạc đầu

2012
ĐOÀN THUÝ TIÊN

(*) *Bài này đã được Nhạc sĩ LMST phổ nhạc năm 2013*

NHỚ CÔNG ƠN MẸ (*)

Có những đêm buồn con thao thức
nhớ công ơn Mẹ lệ trào tuôn
năm con mười sáu trăng tròn đẹp
thì cũng là năm Mẹ chẳng còn

Lòng Mẹ thương con to tựa biển
công ơn của Mẹ lớn bằng non
con chưa có một lần đền đáp
thì Mẹ lìa xa Mẹ chẳng còn

Bốn chục năm trời con của Mẹ
lênh đênh trôi dạt phận hồng nhan
nhưng chẳng bao giờ nguôi nhớ Mẹ
cầu Mẹ về nơi cõi Niết Bàn

       2012
     ĐOÀN THUỶ TIÊN

(*) *Bài này đã được nhạc sĩ LMST phổ nhạc năm 2003.*
Nhớ Công Ơn Mẹ
Thơ Đoàn Thủy Tiên
Nhạc Lmst 2003
Hòa âm Vũ Thế Dũng
Hát Tâm Thư
PPS Huyền Ái
https://youtu.be/d9vkkY0ZoAs

Khi Con Hiểu Lời Ru

Con là bé Út trong nhà
năm lên mười sáu mẹ xa nghìn trùng
chiều Đông bấc thổi lạnh lùng
lá sầu đâu rụng mà lòng con đau

Chiều Đông nước chảy qua cầu
nước trôi hiu hắt nỗi sầu riêng con
bếp chiều quạnh quẽ đầu thôn
con nhen đóm lửa cô đơn giữa hồn

Nhìn ảnh Mẹ mắt hiu buồn
con nghe như Mẹ vẫn còn đâu đây
trời chiều bảng lảng non Tây
một bầy cò trắng đang bay sau hòn

Một đời Mẹ khổ vì con
nuôi con khôn lớn mong con nên người
một đời Mẹ chạy ngược xuôi
nuôi con ăn học mong đời con xanh

Đưa con xuống thị lên thành
Cần Thơ, Đà Lạt, Sài Gòn, Nha Trang
đưa con "đi một ngày đàng"
Mẹ mong con "học một sàng khôn" ngoan

Năm con mười sáu trăng tròn
hiểu công ơn Mẹ Thái Sơn cao vời
hiểu tình yêu Mẹ biển khơi
bao la bát ngát một trời xanh xanh

Khi con hiểu lời ru xanh
thì tình yêu Mẹ đã thành thiên thu
khi con hiểu tiếng Mẫu từ
thì hình bóng Mẹ mịt mù tháng năm

ĐOÀN THUỶ TIÊN
2010

MÙA HÈ NĂM ẤY

Mùa hè năm ấy trời trong
em và các bạn thong dong đi chùa
con đường êm ả như thơ
dưới: dòng nước biếc, trên: bờ tre xanh
Đường-Sông: như cặp tình nhân
sánh vai qua cánh đồng xanh ngút ngàn
gập ghình cầu ván bắt ngang
mười cô áo trắng hân hoan qua cầu
áo bay trắng xóa một màu
khiến đàn cò trắng ruộng sâu đứng nhìn

Đầu làng phong cảnh hữu tình
hai cây đại thụ tàn xanh chạm trời
bên này: đình tháp đẹp tươi
bên kia: Thiên Bửu rạng ngời dấu xưa
cả bầy "yêu nữ" ngẩn ngơ
bóng chiều nghiêng lá me mờ mờ bay
đâu mùi hương sứ say say?
đâu hồi chuông vọng ngất ngây tâm hồn?
lòng em hòa với Thiền môn
tan trong tiếng kệ êm đềm "mật đa"

Mười cô gái dưới sân hoa
chắp tay cầu nguyện Phật Bà Quan Âm
riêng lòng em tấm lòng thành
xin cho em được học hành tới nơi
xin cho em gặp một người
hiền lành chân thật trọn đời yêu em
lòng em thơ thới nhẹ tênh
Phật dường nghe nhậm lời em nguyện cầu

Cửa chùa rộng mở Tây hiên
một chàng trạc độ tuổi em ra chào
áo dài lam khói mây trời
màu môi son nở nụ cười sáng trưng
chàng mời: "cùng xuống nhà Đông"
cả bầy yêu nữ bỗng dưng thật hiền
thức ăn dọn sẵn trên bàn
em nghe giọng nói dịu dàng dễ thương:
"dễ gì gặp giữa trầm luân
chẳng duyên hạnh ngộ cũng ơn tương phùng
quý tín hữu tự nhiên dùng
đồ chay cúng Phật tốt lành biết bao
xin đừng để lại món nào."

Em tin đâu dám cãi lời
ráng ăn rồi phải nhận lời tóc tơ
thật em không thể nào ngờ
tròn trăng chú tiểu đưa thơ tỏ tình
rằng: "yêu cô gái má hồng
mặc bộ đồ trắng, môi cong, tóc thề"
tình yêu đốt cháy sơn khê
bỏ chùa bỏ Phật theo về với em
nếu không là nợ là duyên
sao em lại nhận lời đêm gặp chàng?

Cho đời em lắm gian nan
cho thân chinh phụ bao năm chết mòn
cho con cò trắng long đong
gánh gạo nuôi chồng tận chốn rừng sâu
hằng mong nghèo vẫn bên nhau
hằng mơ đến tuổi bạc đầu vẫn yêu
từng đêm Đất Đỏ buồn thiu
từng ngày em với quê người xứ xa
không chồng con chẳng mái nhà
một thân trơ trọi xót xa nghẹn ngào

Đêm thương tủi kiếp tù lao
"trông cá cá lặn, trông sao sao mờ" *
nghe tiếng gió thổi hững hờ
nghe hồi chuông đổ bên bờ hư không
mười năm xưa nghe chuông ngân
lòng như con suối mùa xuân yên hòa
mười năm sau nghe chuông xa
lòng như dao cắt hè da diết buồn
bao giờ xóa sổ đoạn trường
cho tan đêm tối cho chàng gặp em?

ĐOÀN THUỶ TIÊN
2010

*Ca dao

TRÍCH 40 NHẬN XÉT VỀ THƠ VINH HỒ:

Truyền Thông Và Báo Chí:

1. "Vinh Hồ là một trường hợp khá đặc biệt. Bởi vì ở tuổi chưa quá 50 mà Vinh Hồ làm thơ Đường lão luyện không thua những tiếng thơ ĐL thuở xa xưa. Khác chăng Vinh Hồ dùng chiếc bình cổ chứa đựng những lượng rượu mới mẻ. Sự mới mẻ thấy rõ từ cách dùng chữ, cho hình ảnh và suy tưởng. Riêng phần thơ mới, họ Hồ lại ném mình rơi sâu vào con đường cách tân, chênh vênh những thử nghiệm mới mẻ..."

(Đài Tiếng Nói Hoa Kỳ (VOA) 1999).

2. "Tác giả viết bằng những kinh nghiệm tù đày nên thơ tự có sức sống của nó. Đời và thơ trở thành một."

(Báo Văn Học, CA, HK, 1999)

3. "Trong thơ Đường luật của Vinh Hồ có nhiều hình ảnh, chữ nghĩa không hề có trong thơ Đường luật cũ. Trong phần Thơ Mới của Vinh Hồ cũng có những câu mang âm hưởng lạ lẫm."

(Báo Sài Gòn Nhỏ ở California, 1999).

4. "Được biết Vinh Hồ (vô hình) bắt đầu viết từ năm 1965, và 2 truyện ngắn đầu tiên của ông được chọn đăng trên mục truyện ngắn chọn lọc của báo Dân Quyền. Từ năm 1968, ông đã có thơ đăng trên Tạp chí Văn thời còn trong nước. Hiện Vinh Hồ có thơ đăng rải rác trên các tạp chí văn học hải ngoại như Văn, Tuyển Tập 2 Tiếng thơ hải ngoại 1998, Tuyển tập VAALA/FL và một số báo chí khắp nước Mỹ…"

(Ban Biên Tập Văn Nghệ Ngàn Phương, HK, 1999)

5. "Chi hội Văn Học Nghệ Thuật Việt Mỹ Florida (VAALA) đã tổ chức buổi ra mắt tập thơ đầu tay của nhà thơ Vinh Hồ tại nhà hàng Sài Gòn, Orlando vào tối 24/7/1999.

Qua phần trình bày diễn ngâm một số tác phẩm Vinh Hồ, người tham dự có thể nhìn thấy nét đặc thù trong thơ của một người sinh trưởng tại chân núi Vọng Phu trông ra vùng biển Hòn Khói và với những lời thơ chân chất tình quê hương xuất phát mãnh liệt tự tâm tư tác giả. Như lời thổ lộ của chính tác giả:

"Thơ không phải là đám mây lơ lửng trên dòng đời mà chính là dòng đời đó. Thơ đâm rễ từ thực tại, nở hoa từ thực tại và giải thoát từ thực tại…".

Với chiều hướng ấy, tác giả đã tự tìm cho mình một sắc thái riêng biệt, đó là sự diễn tả cảm xúc trước tất cả mọi hình ảnh quanh mình bằng hình thức tương phản giữa những bài Đường thi xuất hiện bên cạnh những dòng thơ mới. Chính những tương phản này tạo ra một Vinh Hồ riêng biệt mà theo danh từ của Du Tử Lê là "tấm thẻ nhận dạng Vinh Hồ...".

(Florida Việt Báo số tháng 9/1999 - trích bài "Chi Hội VAALA/FL ra mắt "Thơ Vinh Hồ").

Văn Nghệ Sĩ Và Độc Giả:

6. "Tôi tin rằng ông Vinh Hồ là một nhà thơ xuất sắc."

(Mục sư James H. Livingston ở Hoa Kỳ, 1999)

7. "Thơ anh dù thể loại Đường luật hay hiện đại đều nói lên cái buồn chung của con người trước những tàn độc của con người, trước những bất công của cuộc sống..."

(Thi sĩ/nhà phê bình văn học Nguyễn Vy Khanh, Canada, 2005)

8. "Thơ Đường Luật... Sự mới mẻ thấy rõ, từ cách dùng chữ, cho hình ảnh (và,) suy tưởng... Khi bước qua thơ mới, cũng triệt để kiếm tìm...

Theo tôi, những chân thật tới não lòng, thể hiện qua những hình ảnh tương phản, sắc lẻm, cũng tới buốt, nhức xương, gân... là những chỉ dấu làm thành thẻ nhận dạng chân dung thơ Vinh Hồ."

(Cố Văn/Thi sĩ Du Tử Lê, trích Tựa, 1999).

9. "Cái tài hoa kia càng bội phần khi anh thổi vào loại thơ này (Đường luật) một bầu khí hậu mới, xanh mát hơn, sáng tạo hơn, và đầy thi tính hơn... Có lẽ những bài thơ dài và tự do viết về những năm tháng tù tội của anh là những bài thơ xúc động nhất, bi thiết nhất.

Khi đọc xong bài thơ này (Ông Đạo Khiết), tôi rưng rưng. Nửa đêm tôi gọi anh. Tôi phải cám ơn anh vì anh đã trả lời thay dùm tôi."

(Văn/Thi sĩ Trần Hoài Thư, New Jersey, USA, trích bài "Đọc Thơ Vinh Hồ" trên Trang web Saigonline, 30/7/1999).

10. "Tôi đọc thơ ông mà như đọc ở đấy một tấm lòng của một con người nhân hậu, tôi đã học ở đấy một tấm lòng thương yêu..."

(Thi sĩ Triều Hoa Đại, FL, trích bài phát biểu tại Đêm Ra Mắt Thơ Vinh Hồ 24/7/1999)

11. " Vinh Hồ đã khổ công nghiên cứu thể thơ Đường luật có một cái gì đó mới mẻ hơn khi qua tay mình. Thơ Đường luật từ cổ kính, quý phái, cung đình, hiếu hỉ, đầy điển tích, quy ước, anh đã cố gắng chuyển sang một ngôn ngữ khác, bình dị và mộc mạc để dễ diễn đạt, chuyên chở tâm hồn và gần gũi với ca dao VN hơn."

(Cố Nữ Văn sĩ Ái Khanh, trích Bạt, 1999).

12. "Thơ của Vinh Hồ rất sâu sắc và mỗi bài đều mang trọn vẹn sắc thái và ý nghĩa của nó chứ không vu vơ..."

(Nhạc sĩ LMST, FL, HK, 2/1/2004)

13. "Vinh Hồ đã đến với thơ từ những năm cuối thập niên 60. Chẳng những làm thơ, anh còn viết truyện ngắn… Vinh Hồ có cái nhìn rất đôn hậu, dùng ngôn từ rất trong sáng, giản dị nên người đọc dễ cảm thông với anh."

(Thi sĩ Hoa Văn, Boston, USA, 2004).

14. "Trong thơ anh, tôi thường bắt gặp nhiều nỗi buồn và ẩn ức, nhưng nhà thơ Vinh Hồ có cái tâm của Phật nên không hề nghe những lời oán hận mà chỉ có thứ tha và độ lượng. Đọc thơ anh, tôi thấy lòng mình thật nhẹ nhàng và bao nhiêu vết thương trong lòng dường như cũng được thơ anh xoa dịu. Tôi thật sự cảm kích về thơ và con người của Vinh Hồ"

(Văn/Thi sĩ Phạm Tín An Ninh, Na Uy, 15/3/2004)

15. "Năm năm tù cho Vinh Hồ nhiều bài thơ nhất, hay nhất, sống động và hiện thực nhất, gây cho người đọc ấn tượng nhiều nhất... Bằng khả năng sáng tác trên nhiều báo hải ngoại, Vinh Hồ đã có chỗ đứng của mình - trúng giải Ba cuộc thi thơ ở

CA - được đài Tiếng Nói Hoa Kỳ (VOA) dành cho những lời bình phẩm trang trọng."

(Văn sĩ Phạm Hoài Hương, Orlando, trích bài phát biểu tại Đêm Ra Mắt Thơ Vinh Hồ 24/7/1999)

16. "Florida miền nắng ấm - xứ của hồ và biển thơ mộng, hiếm ai không biết và dành thiện cảm, quý mến năng tài lẫn tâm tính khiêm lắng, hiền hoà, chuẩn mực của người bạn Vinh Hồ. Vinh Hồ "sính" và viết Đường Thi khá vững vàng, lại mới mẻ ý từ. Vinh Hồ còn là một tác giả có "độ dày thi nghiệp" khởi đi từ thời đoạn trước 1975 nơi quê nhà."

(Thi sĩ Lê Nguyễn, Orlando, mùa Thu 2005)

17. "Những điệp khúc vừa lãng mạn, bay bổng, ngọt ngào, vừa rớm máu, đau đớn, xót xa...

Những điệp từ điệp ngữ cứ chồng chất lên nhau, tạo nhiều tầng cảm xúc, nhiều tầng suy tưởng. Ngôn ngữ thơ Vinh Hồ tự nhiên, bình dị, nhưng cấu trúc lạ lẫm, như có phù phép, như có gai nhọn, dao đâm, gợi mở, cuốn hút, dẫn dắt người ta đi vào những chân trời suy tưởng, những ngóc ngách phức tạp của thế giới nội tâm."

(Thi/Hoạ sĩ Trần Phượng Hoàng, Ninh Hòa, trích báo Rạng Đông, GA, HK, 2002)

18. "Tôi biết anh trong nhóm thân hữu Ninh Hoà, anh viết biên khảo thật xuất sắc... Sự đóng

góp thơ văn của Vinh Hồ là một công trình quý báu về thơ, hay những bài biên khảo có giá trị đích thực lưu lại cho hậu thế thưởng lãm trong khu vườn văn học Việt Nam."

(Văn/Thi sĩ Trần Việt Hải, Los Angeles, CA, 6/2005, trích Trang Web Ninh-Hoà).

19. "Thi sĩ Vinh Hồ đã thành công trong việc diễn tả tư tưởng của mình, lắm khi làm say mê độc giả..."

(Thi sĩ lão thành Thừa Phong, trích báo Rạng Đông, GA, HK).

20. "Vinh Hồ đã thành công trong mục đích cách tân hoá thơ luật Đường qua lối diễn tả và từ ngữ khá mới mẻ... Ngoài thơ Đường, Vinh Hồ cũng có những thành tựu đáng kể trong các thể thơ khác, tạo cho mình một đặc tính riêng..."

(Thi sĩ Dương Huệ Anh, CA, 2001, trích quyển "Thơ Việt Hải Ngoại: Một Góc Nhìn Tản Mạn")

21. "Một vài bài thơ, đôi nét chấm phá trong dòng thơ của em bằng một pho truyện ngàn trang giấy."

(Thi sĩ/Giáo sư Lê Văn Ngô, CA, 2/4/2004)

22. "Thơ Vinh Hồ lên tới đỉnh buồn. Buồn này tiếp nối buồn kia."

(Thi sĩ Phan Long, Orlando, 2005)

23. "Thơ Vinh Hồ chan chứa tình người, nhân hậu, bình dị, nhưng chuyên chở nhiều ý tứ độc đáo... Có thể nói đây là những vần thơ hay..."

(Văn/Thi sĩ Trần Minh Hiền, trích báo Phương Đông, MA, HK, 1999)

24. "Song song với những bài ngũ ngôn rất hay như đã nói, ở nhiều bài thơ khác, tác giả sử dụng từ ngữ thật sâu sắc, bén nhạy và cũng có khi mơ hồ huyễn tưởng, làm người đọc phân vân, lơ lửng, ngơ ngác... ngỡ như đang lạc vào cõi viễn mơ nào."

(Thi sĩ/Tay trống Thương Anh, FL, 2005)

25. "Tình yêu trong thơ Vinh Hồ mang niềm u uẩn, man mác buồn, phải chăng vì "tuổi thơ tôi chẳng có mùa xuân" như lời tâm sự của tác giả? Mong rằng Đời sẽ không mãi như cây sầu đông và:

Ta như mây phiêu bồng

Nghìn năm còn ngó lại

(Cõi về âm u)

Thi sĩ phải ngó lại để đem thơ vào đời cho những người thích đọc thơ Anh như tôi."

(Văn/Thi sĩ Lê Thị Hoài Niệm, Houston, TX, 7/6/2005)

26. "Anh dùng những chữ rất gợi hình, gợi cảm, mà ít thi nhân khác có khả năng đặc biệt ấy... Tôi tin rằng anh đã thành công với thi tập này..."

(Thi sĩ Tường Lưu, TX, USA, 1999)

27. "Thơ anh chững chạc trong cấu trúc, mượt mà vần điệu và nhiều âm thanh hình ảnh đượm nét trời quê."

(Thi sĩ Lê Cẩm Thanh, Tampa, FL, trích Trang web Trinh Nữ, 20/4/2004)

28. "Ta Đi Tìm Em: Suốt đời bèo bọt là một cuộc đi tìm. Suốt đời là một kẻ ở trọ, một khách lữ hành. Không, em là trọn vẹn của ta. Em là của ta. Thật ra em chỉ là hạt bụi. Ta cầm hạt bụi trên bàn tay như một mão miện. Từ trước, vô cùng, ta đã chọn em. Và "từ đó ta ôm vết thương". Em ơi vết thương này, vì em, cho em đời đời. Để rồi Cha ta sẽ làm tiệc cưới, vinh hiển, vinh hiển đời đời"

(Dịch giả Phạm Hồ Tôn, Orlando, FL 11/2/2005).

29. "Tôi mến phục người đàn bà trong bài thơ "Trong mơ em đã đến" của anh Vinh Hồ... Chuyện tình của anh chị đã làm tôi nhớ đến những kịch bản của đại văn hào William Shakespeare..."

(Văn/Thi sĩ Phan Đông Thức, CA, 19/4/2004)

30. "Trong 30 năm qua, mặc dù đã có nhiều tác giả ghi lại bao nhiêu nỗi lầm than trên quê hương

VN, nhưng khi đọc thơ Vinh Hồ cho dù người còn kẹt lại hay đã ra đi khỏi nước, vẫn cảm thấy giật mình về bao nỗi hãi hùng mà mình đã nếm trải. Không những tập thơ cần thiết cho những người miền Nam mà còn cho những nhà nghiên cứu về đời sống nhân dân miền Nam sau 1975."

(Văn sĩ Trần Lưu Quận, Orlando, FL, trích báo Rạng Đông, GA số 224 tháng 3/2005)

31. "Như hàng ngàn nhân chứng sống khác, với năng khiếu thơ, những cảnh thực, người thực được anh ghi lại, chuyện 30 năm trước mà cứ ngỡ như mới xảy ra hôm qua."

(Cựu TNCT Huỳnh Viết Luận, Chicago, 24/4/2005)

32. "Tôi cảm ơn anh... những gì chất chứa trong tập thơ của anh, là của chính tôi mà tôi không diễn đạt được."

(Cựu TNCT Nguyễn Nhân, Hoa Kỳ, 8/5/2002)

33. "Hôm nay tôi "lãng du" vào chốn Vinh Hồ... Tôi trân quý tấm lòng của anh, anh đã mượn hơi thơ để dàn trải tâm tình, bộc bạch lòng mình với tha nhân. Dòng đời cứ hững hờ trôi mà tình anh muôn đời vẫn thế:

"Dòng nước trôi đi không trở lại

Tình tôi thì ở mãi bên người"

(Cựu TNCT Lê Văn Thiện, Orlando, FL, 20/2/2004)

34. "Chính làng quê giàu tình yêu thương, sống đoàn kết chan hòa bên nhau, đã sinh ra nhà thơ Vinh Hồ có tâm hồn thơ ca thiên phú, giàu chất thơ trữ tình, lãng mạn, có nội dung tư tưởng và nghệ thuật sâu sắc..."

(Thi sĩ/Nhà giáo Trần Ngọc Chánh, Canada, 1/2005, trích Trang web Ninh-Hoà.

35. "Tôi được biết anh Thinh (Vinh Hồ) qua Đêm Đốt Nến 30/4/1995 tại Orlando với bài thơ "Trang sử viết bằng chữ nhục" do chính anh sáng tác và diễn ngâm. Mỗi câu thơ của anh đã cho tôi sự cảm xúc mãnh liệt đến tận gai óc. Và hôm nay câu chuyện "Ông Đạo Khiết" anh Thinh đã tài tình kết lại bằng lời thơ cũng đã làm tôi bùi ngùi, khó ngủ."

(Nữ Độc giả Xuân Lê, Orlando, 24/7/1999)

36. "Anh từng là cây bút có giá trị từ lúc ban sơ. Anh trúng giải thưởng truyện ngắn năm 1965 lúc còn ngồi ở ghế nhà trường trung học, nhận một số tiền không ít lúc đó, đã thết đãi bạn bè một bữa tiệc thân mật... Đọc thơ Vinh Hồ tôi nhận thấy từ tù đày cho đến cuộc sống sau 1975 đã biểu hiện một con người mộc mạc, chân tình, trân quý bạn bè, trầm tĩnh và ẩn dật."

(Nữ Độc giả Nguyễn Thị Giới, MN, HK, 30/4/2005)

37. "Tôi thích nhất thể thơ Đường luật của Vinh Hồ bởi lẽ thơ Ông mỗi bài, như phảng phất dư âm của những điệu nhạc, lúc thì trầm buồn, khi thì da diết du dương... đưa người đọc đến đam mê, ngây ngất như lạc vào một vườn thơ mênh mông đầy hoa thơm cỏ lạ..."

(Cố Văn/Thi sĩ Nguyên Bông, Orlando, trích bài viết 19/3/2000)

38. " Nghìn năm vẫn còn nhắc

Những câu thơ lệ buồn

Mình cùng chung tiếng nấc

Đêm rừng nào mưa tuôn"

(Thi sĩ Nguyên Việt Nhân, GA, HK, trích bài thơ "Cảm thơ Vinh Hồ" 23/6/2001)

39. "Anh là học sinh giỏi đứng đầu lớp Nhì, lớp Nhất... Từ năm lớp Nhất anh đã làm được thơ lục bát… Phần thơ anh đã thể hiện qua nhiều thể loại, thể loại nào cũng xuất sắc, độc đáo..."

(Thi sĩ Điềm Ca, Ninh Hoà, 20/7/2005)

40. "Thơ chú Vinh Hồ như thế, với tôi, rất có chiều sâu và thấm đẫm hồn người."

(Thi sĩ/Nữ sinh viên Hoàng Giang, USA, trích Trang web Trinh Nữ, ngày 13/4/2004

ĐÔI DÒNG TIỂU SỬ:
VINH HỒ

Tên thật: Hồ Văn Thinh, sinh 1948 tại Ninh Hòa, Khánh Hoà.

Bút hiệu khác: Tú Trinh, Hồ Tịnh Vinh Điềm, ST, Sông Dinh.

Cựu học sinh Trần Bình Trọng, Ninh Hoà và Võ Tánh, Nha Trang.

Khoá 8/68 SQTB Thủ Đức.

Cấp bậc Trung uý, Đại Đội Trưởng tác chiến.

Bị cs bắt làm tù binh ngày 28/4/1975 tại Kim Hải, Phước Tuy.

Tù "cải tạo" hơn 5 năm.

Năm 1995, qua Mỹ diện HO 31, định cư tại Orlando, FLorida.

Sinh Hoạt Thơ Văn:

Viết văn làm thơ khi còn đi học:

- 1965, hai truyện ngắn đầu tiên đăng trên báo Dân Quyền tại Sài Gòn.

- 1968, một bài thơ đầu tiên đăng trên báo Văn tại Sài Gòn.

- 1967, Sáng lập viên Thi đoàn Tiếng Vọng tại

Ninh Hòa, Khánh Hoà.

- 1989, Sáng lập viên Nhóm thơ Bát Tiên tại Ninh Hòa, Khánh Hoà.

- 2008, Sáng lập viên Hội Văn Nghệ Tự Do tại Orlando.

- 2020, Sáng lập viên Trang Văn Học Nghệ Thuật Tình Thơ trên Facebook.

- 1997, Hội viên Hội Văn Học Nghệ Thuật Việt Mỹ/FLorida (VAALA/FL).

- 1999, Hội viên Hội Thơ Tài Tử Việt Nam Hải Ngoại.

- 2000, Hội viên Hội Văn Bút Việt Nam Hải Ngoại/Vùng Đông Nam Hoa Kỳ.

- 2008, Cựu Hội trưởng Hội Văn Nghệ Tự Do.

- 2014, Cựu Chủ tịch Hội Văn Bút Việt Nam Hải Ngoại/Vùng Đông Nam Hoa Kỳ.

- Có thơ/văn đăng trên: Dân Quyền, Văn, Ngôn Ngữ, Cội Nguồn, Mây Ngàn, Rạng Đông, Gia Đình, Phương Đông, Thế Giới Mới, Trinh Nữ.Net, Ninh Hoà.Com, Hai Bờ Giấy.Net, Biển Khơi.Com, Tuyển Tập Y Nha Dược/FL v.v…

- Có bài trong các tuyển tập: Tiếng Thơ Hải Ngoại, tập 2, 1998, Tuyển tập VAALA Florida-1998. Kỷ Niệm Một Đời Cầm Bút của Thái Quốc Mưu, và nhiều tuyển tập khác.

- Có trên 10 bài thơ được các dịch giả dịch sang Anh ngữ.

- Có trên 50 bài thơ: được các nhạc sĩ: Linh Phương, LMST, Mã Đình Sơn, Vĩnh Điện, Nguyễn Thị Kim Loan, Huỳnh Trọng Tâm, Cung Đàn và

Nguyễn Đức An phổ nhạc.

- Có 4 nhạc phẩm: do Vinh Hồ sáng tác: Anh qua đời em, Tiếng đàn thu mưa, Chiều vàng trên quê em miền Tây, Ngày ấy thiên duyên.

- Có tên trong bộ sách: "Tác Giả Việt Nam 1905-2005" của Nhà văn Lê Bảo Hoàng tại Canada.

Tác phẩm đã xuất bản:

-Ngàn Hương, thơ, Hội VHNT/Khánh Hoà, 1994 (in chung với 1 tác giả).

-Thơ Vinh Hồ, Hội VAALA/Florida, 1999.

-Mưa Nguồn Trầm Tích Chim và Rêu, thơ, Hội VHNT/Khánh Hòa, 2003 (in chung với 2 tác giả).

-Bên Này Biển Muộn, thơ, Hội VAALA/Florida, 2005.

-Quê Hương Ninh Hoà, biên khảo 550 trang, Ninh Hoà.Com, 2016 (in chung với 5 tác giả).

-Gánh Gạo Nuôi Chồng, thơ, Nhân Ảnh, 2024.

...

Khen Thưởng:

-1965, hai truyện ngắn đầu tiên đăng trên mục "Truyện Ngắn Chọn Lọc" báo Dân Quyền tại Sài Gòn với tiền thưởng 300 đồng.

-1996, Giải đồng hạng Cuộc Thi Thơ của Thi Đàn Lạc Việt tại CA, Hoa Kỳ, có bằng khen và tiền thưởng.

Liên Lạc:

-Địa chỉ email: vinhho5555@gmail.com

-Phone: 407 - 731 - 2650

MỤC LỤC

Tựa: Thi sĩ Hoa Văn	10
Du Tử Lê Đi Tìm Chỉ Dấu…	16
Đọc "Thơ Vinh Hồ"	20
Lời Vào Tập: Vinh Hồ	26

I. GÁNH GẠO NUÔI CHỒNG   29
Có 31 bài thơ:
(ĐL: 12+Thơ mới: 19)

Đường luật 12 bài:

Thương Vợ (Xướng hoạ)	30
Gánh Gạo Nuôi Chồng 1	32
Gánh Gạo Nuôi Chồng 2	33
Gánh Gạo Nuôi Chồng 3	34
Gánh Gạo Nuôi Chồng 4	35
Gánh Gạo Nuôi Chồng 5	36
Gánh Gạo Nuôi Chồng 6	37
Gánh Gạo Nuôi Chồng 7	38
Gánh Gạo Nuôi Chồng 8	39
Gánh Gạo Nuôi Chồng 9	40
Gánh Gạo Nuôi Chồng 10	41
Gánh Gạo Nuôi Chồng 11	42

Thơ mới 19 bài:

Em Đã Đi Tìm	43
Vạn Dặm Tìm Chồng	44
Chiều 30 Tết Tại GK3	46
Em Đến Trại Long Giao	47
Tìm Chồng Tận Núi Rừng Biên Giới	48
Người Vợ Tù Chung Thuỷ	49
Vì Yêu Người Tù	50
Lặn Lội Đường Xa	51
Trên Lộ Trình Dài	53
Bao Giờ Hết Long Đong?	54
Hết Giờ Thăm Nuôi	55
Vượt Gian Nan Sinh Tử Đến Với Nhau	56
Ở Tù Ngay Trong Tù	57
Khách Sạn Ngàn Sao	58
Biệt Điện Trong Rừng	59
Tình Ta Bi Đát	61
Em Đến Thăm Một Chiều Mong Manh	62
Trong Mơ Em Đã Đến	67
Ta Còn Lại Tình Em	77

II. TRẢI QUA NĂM "TRẠI CẢI TẠO"   83
Có 74 bài thơ
(ĐL:30 + Thơ mới 44)

Đường luật 30 bài:

Thời Gian	84
Địa Ngục	85
Khổ Sai	86
Đêm	87
Đạo Hiếu	88
Viết Từ Trại Cải Tạo	89
Nhớ Mẹ Thương Cha	90
Ông Đạo Lò Rèn	91
Em Gái Sài Gòn	92
Chờ Chồng	93
Trôi Dạt	94
Thư Gởi Về Em	95
Cây Chò Sau Trại	96
Lưu Đày	97
Trại Buồn	98
Cùng Một Chữ Bù	99
Bù Gia Phúc	100
Tết Về Bâng Khuâng	101
Trại Tù Xuân Đến	103
Tết Tại Tù	104
Cái Kết Buồn	106
Từ Đó Lao Tù	107

Giã Từ	108
Ngày Ấy Phước Tuy	109
Một Ngày Tháng Tư	110
Khóc 30 Tháng Tư	111
Lời Quản Giáo	112
Năm Năm Ra Trại	113
Vật Đổi Sao Dời	114
Xin Đừng Phủ Cờ	115

Thơ mới 44 bài:

Trải Qua Năm "Trại Cải Tạo"	116
Người đẹp Sài Gòn	120
Hoa Mai Trong Tù	122
Tờ Giấy Ra Trại	123
Vua Chai Lười	124
Bị Đày Giếng Sâu	125
Rừng Còn Nhớ Tới Người	126
Đi Giữa Rừng Thu	127
Mùa Hạ	128
Một Ngày Như Mọi Ngày	129
Kẻ Mất Quê Hương	130
Mỗi Ngày Như Mọi Ngày	131
Trại Long Giao	133
Món Quà Đơn Sơ	136
Lại Chuyển Trại	137
Tự Cất Trại Tù Để Nhốt Mình	138
Nhớ Về Đất Đỏ	139

Mộng Quy Cố Hương	140
Quên Đi Thời Gian	142
Hãy Trả Lại Ta	143
Trong Trại Tù	146
Mất Ánh Mặt Trời	148
Căn Phòng Tạm Giam	149
Mẹ Thiên Nhiên	150
Rừng Núi Vô Tri	152
Đá Mòn Nhưng Dạ Chẳng Mòn	153
Sóc Thượng	155
Trốn Trại	156
Tù Nhân Bất Khuất	157
Cõi Nhân Gian	158
Ta Phải Sống	159
Ước Mơ Thật Bình Dị	160
Một Ngày Trong Trại GK3	162
Ta Cầm Cây Lửa	173
Bên Cầu Đắk Lung	176
Ngọn Đồi Không Tên	183
Bà Rịa Giã Từ	187
Tháng Tư Trong Tù	193
Khi Ta Phải Chia Ly	196
Cõi Về Âm U	200
Tôi Lại Nhặt Những Sắc Màu Kỷ Niệm	203
Lời Thầm Cầu Trong Trại	205
Tuổi Thơ Tôi Chẳng Có Mùa Xuân	210
Ông Đạo Khiết	214

III. NHỮNG NGÀY THÁNG ĐAU THƯƠNG   235
Có 16 bài thơ:
(ĐL: 8 + Thơ mới: 8)

Đường luật 8 bài:
Niềm Đau Tháng Tư	236
Mặt Trời Đen	237
Hiu Bắt Tình Quê	238
Đêm Rừng	239
Ba Mươi Năm Cuộc Chiến	240
Qua Bến Cây Sung	241
Ngôi Mộ Thuyền Nhân	242
Trông Về Quê Cha	243

Thơ mới 8 bài:
Những Ngày Tháng Đau Thương	244
Tháng Tư Buồn Biết Thuở Nào Nguôi	258
Nghĩa trang Biên Hòa	260
Ngày 30	261
Riêng Em Sầu Bia Mộ	262
Mai Về	264
Ngày Còn Hoá Tượng	265
Người Di Tản Buồn	267

IV. CHUYỆN TÌNH THỜI CHIẾN CHINH DÂU BỂ   279

Có 40 bài thơ:
(ĐL: 33 + Thơ mới: 7)

Đường luật 36 bài:

Giữa Chốn Ba Quân	280
Sau Ngày Mãn Khóa	281
Sầu Thảm Ai Gieo	282
Còn Đó Mối Tình	283
Ngọt Lịm Tình Quê	284
Người Lính Vẫn Chưa Về	285
Thăm Người Em Gái	286
Vì Yêu Lính Chiến 1	287
Vì Yêu Lính Chiến 2	288
Vì Yêu Lính Chiến 3	289
Vì Yêu Lính Chiến 4	290
Vì Yêu Lính Chiến 5	291
Vì Yêu Lính Chiến 6	292
Vì Yêu Lính Chiến 7	293
Chờ Đợi Người Tù	294
Đẹp Áo Bà Ba	295
Khêu Gợi Chiếc Áo Dài	296
Vườn Mộng Có Em	297
Cảnh Sắc Hoang Sơ	298
Về Với Mảnh Vườn	299

Có Em Đời Đẹp Như Trong Mộng	300
Vườn Em	301
Thiên Bửu Kỳ Ngộ	302
Chú Tiểu Chùa Thiên Bửu	303
Phút Giây Sơ Ngộ	304
Hoa Thủy Tiên	305
Từ Lúc Em Về	306
Từ Lúc Thiền Môn In Dấu Chân	307
Chú Tiểu Theo Em	308
Chú Tiểu Rời Thiên Bửu	309
Tết Thượng Nguyên	310
Chiếc Áo Dài Xuân	311
Từ Em Mặc Áo Mùa Xuân	312

Thơ mới 7 bài:

Ngày Ấy Thiên Duyên	313
Ước Mơ Thành Hiện Thực	315
Chiếc Vương Miện	316
Tà Áo Trắng Tại Vũ Đình Trường	317
Lễ Ra Trường Có Em	319
Đôi Tà Áo Trắng Qua Cầu	320
Tình Em	323

THƠ ĐOÀN THUỶ TIÊN: 326
Có 4 bài thơ:

Đường luật 1 bài:
Tháng Tư   327

Thơ mới 3 bài:
Nhớ Công Ơn Mẹ   328
Khi Con Hiểu Lời Ru   330
Mùa Hè Năm Ấy   332

TRÍCH 40 NHẬN XÉT…   337
Tiểu Sử VINH HỒ   349

Nhân Ảnh
2024

Liên lạc với tác giả VINH HỒ
Email: vinhho5555@gmail.com

**Liên lạc Nhà xuất bản
Nhân Ảnh**
Email: han.le359@gmail.com
(408) 722-5626

www.ingramcontent.com/pod-product-compliance
Lightning Source LLC
LaVergne TN
LVHW041655060526
838201LV00043B/439